國家圖書館出版品預行編目(CIP)資料

獨旅!曼谷!出發去：旅遊泰文帶得走=เที่ยวคนเดียว! กรุงเทพฯ! ออกเดินทาง: พกพาภาษาไทยสำหรับการท่องเที่ยว/喜德作. -- 一版. -- 新北市：時時泰工作室, 2025.06
100面；17X23 公分
ISBN 978-626-99788-5-4(平裝)
1.CST: 旅遊 2.CST: 泰國
738.29.　114007648

《獨旅!曼谷!出發去：旅遊泰文帶得走=เที่ยวคนเดียว! กรุงเทพฯ! ออกเดินทาง: พกพาภาษาไทยสำหรับการท่องเที่ยว》

作　　者 喜德
封面繪圖 插畫家王子麵
章節插圖 喜德
插　　圖 illustrations designed by Canva
泰文校對 Isabella Happe / ดีดี้
專案經理 Emily Chen
編　　輯 時時泰泰語資源中心
審　　訂 ทิพนาถ สุดจิตต์
出　　版 時時泰工作室
234 新北市永和區秀朗路一段 90 巷 8 號
(02) 8921-2198
泰文音檔 請到Podcast/ soundon 搜尋「時時泰工作室」
課本網站 https://www.everthai.tw/
社群連結 https://portaly.cc/everthaistudio
出版日期 2025 年 6 月一版初刷
定　　價 350 元

ISBN 978-626-99788-5-4
總 經 銷 紅螞蟻圖書有限公司
地　　址 114台北市內湖區舊宗路2段121巷19號
電　　話 (02) 2795-3656
傳　　真 (02) 2795-4100

欲利用本書全部或部分內容者，
須徵得作者同意或書面授權。
請洽時時泰工作室：everthailand2019@gmail.com

Solo Travel! Bangkok! Let's go: Takeaway Thai for Travelers
Published by EverThai Studio
Printed in Taiwan

Copyright © EverThai Studio
ALL RIGHTS RESERVED

序文
คำนำ

時時泰工作室相信，旅行不只是看風景，更是認識自己的過程。我們很高興出版《獨旅！曼谷！出發去》，這本手札記錄了一位年輕工程師的曼谷獨旅故事。從學習泰文到勇敢踏上旅程，作者用她的視角帶我們走進曼谷的街頭巷尾。希望這本書能激勵更多人，拿起背包，開啟屬於自己的冒險。

EverThai Studio เชื่อว่าการเดินทางไม่ใช่แค่การดูวิว แต่เป็นการค้นพบตัวเอง เรายินดีที่ได้ตีพิมพ์ เดินทางคนเดียว! กรุงเทพฯ! ออกไปเลย สมุดบันทึกที่เล่าเรื่องการเดินทางคนเดียวในกรุงเทพฯ ของวิศวกรสาว จากการเรียนภาษาไทยสู่การก้าวออกไปอย่างกล้าหาญ ผู้เขียนพาเราเดินไปตามถนนและตรอกซอกซอยของกรุงเทพฯ หวังว่าหนังสือเล่มนี้จะจุดประกายให้ทุกคนคว้ากระเป๋าเป้แล้วเริ่มผจญภัยของตัวเอง

時時泰工作室
2025年6月

本書規則 This Book Rules
1. 本書在音標上以「:」來標示長母音。
2. 本書在聲調上以數字「12345」來標示泰語聲調。

第一聲	第二聲	第三聲	第四聲	第五聲
First Tone	Second Tone	Third Tone	Fourth Tone	Fifth Tone
→	╲	╱╲	╲╱	╱
กา	ก่า	ก้า	ก๊า	ก๋า
ka : 1	ka : 2	ka : 3	ka : 4	ka : 5

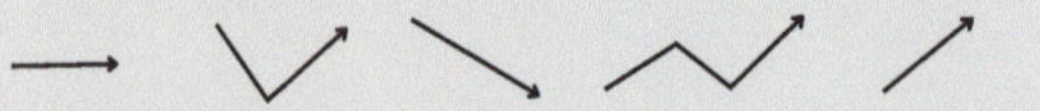

3. 本書 MP3 音檔，請掃 QRcode 到 Podcast 上聆聽。
4. 歡迎一起來追蹤「時時泰工作室」

推薦序
คำแนะนำ

喜德，做起事情來是個果斷的男子漢，其實是一個反應敏捷執行力100%，難得厚道又聰慧的小女子也。

除了泰國自助旅行哪邊好玩、好吃、好睡、好美的景點，還有許多泰國當地專有名詞與貼心的傳統文化提醒，是學習泰語、小旅行必買的新聖經！

插畫家 王子麵
2025年6月1日

推薦序
คำแนะนำ

近年台灣刮起出國獨旅的風潮，我也在三年前首次前來泰國旅遊。因為文化與文字的相近性，許多人以日本作為首選目的地，但就個人的經驗而言，曼谷才是自由行的不二之選。

在本書中，喜德用平易近人的筆觸，分享了她在曼谷的7天獨旅體驗，分享之真誠與易讀，讓人不知不覺就讀完整本手札。隨著喜德漫步在曼谷四處，我看見了一位勇氣又好奇的台灣女性，自在享受泰式美食、探索泰國文化，同時也瞥見許多台灣人的縮影。

除了每天行程分享，本書更從第3章至第6章針對各主題分門別類詳述，景點介紹、旅遊攻略、美食推薦，每個章節都有深入淺出的說明，若讀者對某部分有特別需求，閱讀相關章節皆能得到屬意的解答。

本書以中泰雙語並列，並附上朗讀音檔連結，加上穿插常見單字與句型整理，可說是泰文初學者的福音。就本人居住在泰國近兩年的經驗，雖然泰文文字學習實屬不易，但若能掌握聽跟說，生活中的泰文需求即可大大滿足。

作為旅居曼谷的影音創作者，非常樂見更多人能拋下對泰國的成見，親自探索這片土地。若願意以開放的心胸、尊重的態度探訪「微笑王國」，你的旅程將不只是一段旅程，更可能開啟世界深度旅行的契機。

INSTAGRAM　　YOUTUBE　　胡搞夏搞泰樂日記 小胡

2025年6月13日

推薦序
คำแนะนำ

喜德是本公司服務多年的工程師，認真與細膩的特質，讓她在專業領域的表現可圈可點。平常在工作上，她能靈活執行各種水土保持計畫，報告、圖面、現勘安排絲毫不馬虎；下了班，她總是默默處理許多雜物，像訂機票、訂餐廳、整理日程表，樣樣也都難不倒她。

這本《獨旅！曼谷！出發去》，完全展現了我對她的印象——計劃縝密又不失生活情趣。本書從行李打包、交通攻略到每日行程安排，集結的不只是旅遊記錄，更是一本生活管理與冒險精神兼具的筆記本。更貼心的是，書中還提供了簡易的泰文單字與情境對話，讓想沉浸式旅遊曼谷的讀者，得以小試身手一番。看她一個人規劃並完成這趟泰國旅程，我不禁佩服她的膽量與行動力，也為她把工程師的「條理與執行」發揮到生活每一個角落而感到驕傲。

若你也曾想一個人出走，卻遲遲沒有邁開步伐，那就翻開這本書吧！看完喜德的故事，你會發現，原來一個人的旅遊天地是如此開闊、自由且樂趣橫生。

台灣水土保持技術協會理事長 吳安欽
2025年6月5日

目錄
สารบัญ

CHAPTER 1 簡介與動機 1-2
บทนำและแรงบันดาลใจ

CHAPTER 2 行前準備 3-9
การเตรียมตัวก่อนเดินทาง

CHAPTER 3 踏上旅程 10-56
การเริ่มต้นการเดินทาง

CHAPTER 4 曼谷景點介紹 57-73
สถานที่ท่องเที่ยวในกรุงเทพฯ

CHAPTER 5 實用資訊 74-80
ข้อมูลที่เป็นประโยชน์

CHAPTER 6 美食推薦 81-93
คำแนะนำอาหารอร่อย

簡介與動機

CHAPTER 1
บทนำและแรงบันดาลใจ

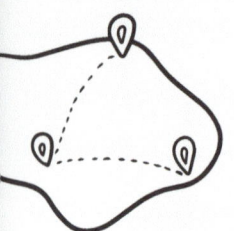

簡介與動機
บทนำและแรงบันดาลใจ

MP3 01-01

我是喜德，一個養貓的水土保持工程師，現居於台中，巨蟹座的天性熱愛窩在家裡，但我的上升星座卻是射手座，這樣的個性使然，讓我在30歲前決定挑戰自我，學習泰文並獨自前往曼谷。 這趟旅程是我給自己的冒險旅程，從街頭小吃、傳統服飾寫真到夜市漫遊，我記錄了七天旅程的驚喜與感動。

這本手札獻給想出發卻遲遲不敢出發的你，願你也找到屬於自己的光芒。

MP3 01-02

ฉันชื่อซิด วิศวกรด้านการอนุรักษ์ดินและน้ำที่เลี้ยงแมว อาศัยอยู่ที่เมืองไถจง ลักษณะของราศีกรกฎทำให้ฉันชอบอยู่บ้าน แต่ราศีธนูที่เป็นลัคนาของฉันผลักดันให้อยากเปลี่ยนแปลง ก่อนอายุ 30 ปี ฉันตัดสินใจท้าทายตัวเอง เรียนภาษาไทยและเดินทางไปกรุงเทพฯ คนเดียว การเดินทางครั้งนี้คือการผจญภัยที่ฉันมอบให้ตัวเอง ตั้งแต่อาหารริมทาง การถ่ายภาพชุดไทยแบบดั้งเดิม ไปจนถึงการเดินเล่นในไนต์มาร์เก็ต ฉันบันทึกความประหลาดใจและความประทับใจตลอดเจ็ดวัน สมุดบันทึกเล่มนี้มอบให้คุณที่อยากออกเดินทางแต่ยังลังเล ขอให้คุณค้นพบแสงสว่างของการเดินทางที่เป็นของคุณเองค่ะ!

行前準備

CHAPTER 2
การเตรียมตัวก่อนเดินทาง

行程規劃：如何安排完美的曼谷之旅
การวางแผนการเดินทาง: จัดทริปกรุงเทพฯ อย่างไรให้ลงตัว

計畫曼谷行程前，我花了幾週的的時間，蒐集各大社群的貼文及旅遊文章，也包含YOUTUBE上的旅遊影片，並整理出想去的景點和美食。我每天安排1~2個主要地點，因為需要留點彈性時間去探索，尤其是鄭王廟、恰圖洽市集及陶瓷島等景點。餐廳則是依靠網路相關評價蒐集，住宿選擇以BTS站週遭為主，交通便利又相對安全。建議大家與我一樣，在台灣出發前先用GOOGLE MAP和KLOOK查詢交通方式及預訂兔子卡，並預先綁定GRAB(叫車系統)信用卡支付，並帶齊優惠較好的信用卡。千萬要記得準備雨天備用計畫，並且在出發前兩個禮拜準備好簽證(如需簽證)以及旅遊保險，別讓雨天和其他意外破壞了出遊的興致，也同時確保安全！

MP3 02-01

ก่อนวางแผนทริปกรุงเทพฯ ฉันใช้เวลาหลายสัปดาห์รวบรวมข้อมูลจากโพสต์ในโซเชียลมีเดีย บทความท่องเที่ยว และวิดีโอบนยูทูบ เพื่อจัดลิสต์สถานที่และอาหารที่อยากไป ฉันวางแผนวันละ 1-2 สถานที่หลัก เพื่อให้มีเวลายืดหยุ่นสำหรับการสำรวจ โดยเฉพาะวัดอรุณ ตลาดจตุจักร และเกาะเกร็ด ร้านอาหารเลือกจากรีวิวออนไลน์ ส่วนที่พักเลือกใกล้สถานี BTS เพื่อการเดินทางที่สะดวกและปลอดภัย แนะนำให้เตรียมตัวก่อนออกจากไต้หวัน โดยใช้ GOOGLE MAPS และ KLOOK ตรวจสอบเส้นทางและจองบัตร RABBIT รวมถึงผูกบัตรเครดิตกับ GRAB (แอปเรียกรถ) และนำบัตรเครดิตที่มีส่วนลดดี ๆ ติดตัว อย่าลืมวางแผนสำรองสำหรับวันที่ฝนตก และเตรียมวีซ่า (ถ้าต้องการ) กับประกันการเดินทางล่วงหน้าสองสัปดาห์ เพื่อป้องกันฝนหรือเหตุไม่คาดคิดมาทำลายความสนุก และรับประกันความปลอดภัยค่ะ!

打包攻略：旅遊必備物品
แพ็กกระเป๋า: ของจำเป็นสำหรับทริป

曼谷平均氣溫高，輕便透氣的衣物是首選，帶建議3-4套短袖、長褲和一雙好走的鞋，另外也可以備一件輕薄外套，避免進入室內冷熱交替造成感冒。

必備物品：護照、身分證影本、信用卡、兔子卡、防曬乳以及常備藥物。 電子設備：手機、充電器、行動電源和SIM卡(或是ESIM)。

為了輕裝上陣，我利用各式收納袋整理行李，並用行李秤確保不超重，貴重物品則放在隨身包內，衛生紙等消耗性衛生用品可以於當地超商或賣場購買即可。

MP3 02-02

กรุงเทพฯ มีอากาศร้อน เสื้อผ้าบางเบาและระบายอากาศดีคือตัวเลือกแรก แนะนำนำเสื้อยืดแขนสั้น 3-4 ตัว กางเกงขายาว และรองเท้าที่เดินสบาย รวมถึงแจ็กเก็ตบาง ๆ เพื่อป้องกันอาการหวัดจากความแตกต่างของอุณหภูมิในร่มและกลางแจ้ง

ของใช้จำเป็น: พาสปอร์ต สำเนาบัตรประจำตัว บัตรเครดิต บัตร RABBIT ครีมกันแดด และยาประจำตัว

อุปกรณ์อิเล็กทรอนิกส์: โทรศัพท์มือถือ ที่ชาร์จ แบตเตอรี่สำรอง และซิมการ์ด (หรือ ESIM)

เพื่อให้เดินทางสะดวก ฉันใช้ถุงจัดระเบียบและเครื่องชั่งกระเป๋าเพื่อไม่ให้เกินน้ำหนัก ของมีค่าเก็บในกระเป๋าติดตัว ส่วนของใช้เช่น กระดาษชำระ สามารถซื้อได้ที่ร้านสะดวกซื้อหรือซูเปอร์มาร์เก็ตในท้องถิ่นค่ะ

行李須知：順利通關的小技巧
ข้อมูลกระเป๋า:
เทคนิคผ่านด่านศุลกากรอย่างราบรื่น

飛往曼谷的航班，傳統航空隊於託運行李限重通常是20~30公斤，手提行李7公斤，液體物品須裝100ML以下的容器，並放入透明夾鏈袋中。

建議使用SAMSONITE或是DELSEY的輕量行李箱，搭配行李鎖保護貴重物品，並善用收納袋分門別類，護照、信用卡、錢等貴重物品放在隨身小包內。若發現行李遺失，立即聯繫航空公司及保險公司，處理緊急狀況。

MP3 02-03

เที่ยวบินไปกรุงเทพฯ ของสายการบินทั่วไปมักจำกัดน้ำหนักกระเป๋าโหลด 20-30 กก. และกระเป๋า CARRY-ON 7 กก. ของเหลวต้องใส่ภาชนะขนาดไม่เกิน 100 มล. และเก็บในถุงซิปล็อกใส ฉันแนะนำให้ใช้กระเป๋า SAMSONITE หรือ DELSEY ที่น้ำหนักเบา พร้อมกุญแจล็อกเพื่อปกป้องของมีค่า ใช้ถุงจัดระเบียบแยกประเภทของ และเก็บของมีค่า เช่น พาสปอร์ต บัตรเครดิต และเงิน ในกระเป๋าติดตัว หากกระเป๋าสูญหาย ฉันแนะนำให้ติดต่อสายการบินและบริษัทประกันทันที เพื่อจัดการสถานการณ์ฉุกเฉินค่ะ

數位準備：通訊與充電攻略
อุปกรณ์อิเล็กทรอนิกส์: กลยุทธ์การสื่อสารและการชาร์จ

泰國的電壓是220V，與台灣的110V不同。如果要在泰國使用台灣的電器，需要變壓器。但現在大部分的3C產品充電器都有變壓功能，可以直接在泰國使用。泰國的插座型式是兩腳扁型插座和兩腳扁型插座加圓型接地腳與台灣相同，但若是需要有特殊充電需求，仍建議攜帶萬用轉接插頭。

除了手機、充電設備、行動電源及耳機，我還帶了相機和腳架紀錄美照。抵達機場後，可以在各大通訊商行櫃台購買SIM卡，但我已預先於網路上購買，建議購買網路吃到飽以及包含手機門號類型，避免緊急時刻無法使用，雖然免費公共網路，在大眾運輸系統、咖啡廳與大型商場常見，但小心連線安全。

MP3 02-04

ประเทศไทยใช้ไฟฟ้า 220V ซึ่งต่างจากไต้หวันที่ใช้ 110V หากต้องการใช้เครื่องใช้ไฟฟ้าจากไต้หวัน ต้องมีหม้อแปลงไฟ แต่ปัจจุบันอุปกรณ์ชาร์จผลิตภัณฑ์ 3C ส่วนใหญ่มีฟังก์ชันแปลงไฟในตัว ใช้ในประเทศไทยได้โดยตรง ปลั๊กไฟของไทยเป็นแบบขาแบนสองขาและแบบขาแบนสองขาพร้อมขากราวด์กลม คล้ายกับของไต้หวัน แต่หากมีความต้องการชาร์จพิเศษ ฉันแนะนำให้พกอะแดปเตอร์สากล

นอกจากโทรศัพท์ อุปกรณ์ชาร์จ แบตเตอรี่สำรอง และหูฟัง ฉันยังนำกล้องและขาตั้งกล้องมาเก็บภาพสวย ๆ เมื่อถึงสนามบิน สามารถซื้อซิมการ์ดได้ที่เคาน์เตอร์ผู้ให้บริการเครือข่าย แต่ฉันซื้อผ่านออนไลน์ล่วงหน้า ฉันแนะนำให้เลือกแพ็กเกจเน็ตไม่จำกัดพร้อมหมายเลขโทรศัพท์ เพื่อป้องกันกรณีฉุกเฉินที่อาจใช้งานไม่ได้ แม้ว่า WI-FI สาธารณะฟรีจะมีในระบบขนส่งสาธารณะ ร้านกาแฟ และห้างสรรพสินค้าขนาดใหญ่ แต่ฉันแนะนำให้ระวังความปลอดภัยของการเชื่อมต่อค่ะ

財務管理：泰銖與退稅攻略
การจัดการเงิน: กลยุทธ์บาทไทยและคืนภาษี

泰國使用泰銖฿(THB)，建議可以攜帶台幣或美金在機場少量換匯，於市區後再找尋SUPERRICH(或是其他換匯所)換取需要的金額。 大部分的商家可以接受信用卡付款以及LINE PAY支付，市集、市場和夜市等小型攤販則多用現金，可以備好面額較小的泰銖現金使用。 購物滿2000泰銖可以申請退稅，記得拿退稅單並在機場辦理，建議每日支出都做紀錄，避免超支！

MP3 02-05

ประเทศไทยใช้เงินบาท (฿, THB) ฉันแนะนำให้พกเงินดอลลาร์ไต้หวันหรือดอลลาร์สหรัฐมาแลกจำนวนเล็กน้อยที่สนามบิน แล้วค่อยไปแลกเพิ่มที่ SUPERRICH หรือจุดแลกเงินอื่น ๆ ในตัวเมือง ร้านค้าส่วนใหญ่รับชำระด้วยบัตรเครดิตและ LINE PAY แต่ตลาด ตลาดนัด และร้านค้าขนาดเล็กมักใช้เงินสด ฉันแนะนำให้เตรียมธนบัตรใบเล็กไว้ใช้

การช้อปปิ้งครบ 2,000 บาทสามารถขอคืนภาษีได้ อย่าลืมรับใบคืนภาษีและดำเนินการที่สนามบิน ฉันแนะนำให้บันทึกรายจ่ายทุกวัน เพื่อป้องกันการใช้จ่ายเกินงบค่ะ!

小提醒！
เคล็ดลับ!

交通攻略：曼谷移動不迷路

กูลยุทธ์การเดินทาง: เที่ยวกรุงเทพฯ ไม่หลง

曼谷的 BTS 和 MRT 是市區移動神器，站點多又方便，
兔子卡（KLOOK 預購 200 泰銖）一卡搞定。
MRT 可用 VISA 卡 直接刷進站，省時又酷！
我主要用 GRAB 叫車，介面簡單，車資透明，
還能叫 摩托車，避開塞車。
嘟嘟車 很酷但司機技術參差，獨旅怕危險就先跳過。
建議下載 GRAB 和 GOOGLE MAPS，提前查好路線，
省心又省力！

MP3 02-06

BTS และ MRT ในกรุงเทพฯ คือตัวช่วยเดินทางในเมือง สถานีเยอะและสะดวก บัตร RABBIT (ซื้อล่วงหน้าผ่าน KLOOK 200 บาท) ใบเดียวจบ MRT ใช้บัตร VISA แตะเข้าได้ ประหยัดเวลาและเท่สุด ๆ! ฉันใช้ GRAB เรียกรถ อินเทอร์เฟซใช้งานง่าย ราคาโปร่งใส เรียกมอเตอร์ไซค์ได้ด้วย หลบรถติด ตุ๊กตุ๊กดูเท่แต่ฝีมือคนขับไม่แน่นอน เที่ยวคนเดียวกลัวอันตรายเลยข้ามไป ฉันแนะนำให้โหลด GRAB และ GOOGLE MAPS วางแผนเส้นทางล่วงหน้า สบายใจและประหยัดแรงค่ะ!

踏上旅程

CHAPTER 3
การเริ่มต้นการเดินทาง

DAY 1

圖：喜德

DAY 1
歷史與美食的初探
วันที่ 1
สำรวจประวัติศาสตร์และอาหารครั้งแรก

入住飯店後，我使用GRAB叫摩托車前往WAREHOUSE30，車資約為120泰銖(居然比飯店前的路邊司機便宜！)，目的地過去是戰爭時期的倉庫，現在已經改建為文創基地，但店家不多，也不方便拍照記錄，逛沒多久便離開了。

接著沿著石龍軍路散步，沿路都可以看見充滿歷史的痕跡，而我剛好也路過聖母天主教堂，便進去晃了一圈。晚餐則是在雲瑞興吃海南雞飯(70泰銖)，雞肉相當軟嫩、飯香濃郁，還有附贈一晚好喝的雞湯，我又另外點了一杯龍眼汁，吃得相當滿足。

MP3 03-01

หลังจากเช็คอินที่โรงแรม ฉันใช้ GRAB เรียกมอเตอร์ไซค์ไป WAREHOUSE 30 ค่ารถประมาณ 120 บาท (ถูกกว่าคนขับหน้าโรงแรมซะอีก!) ที่นี่สมัยก่อนเป็นโกดังช่วงสงคราม ตอนนี้ปรับเป็นแหล่งศิลปะ แต่ร้านค้าน้อยและถ่ายรูปไม่สะดวก เดินแป๊บเดียวก็ออกมา

ต่อมาเดินเล่นตามถนนเจริญกรุง เห็นร่องรอยประวัติศาสตร์เต็มไปหมด ผ่านโบสถ์ซานตาครู้ซ เลยแวะเข้าไปดู มื้อเย็นกินข้าวมันไก่ที่ยูนรุ่ยซิง (70 บาท) ไก่นุ่ม ข้าวหอม มีซุปไก่รสกลมกล่อมแถมมา สั่งน้ำลำไยเพิ่ม อิ่มฟินสุด ๆ ค่ะ!

單字　คำศัพท์

MP3 03-02

海南雞飯
ข้าวมันไก่
(khao3 man1 kai2)

菊花茶
น้ำเก๊กฮวย
(nam4 kek4 huai1)

A: 我要一份海南雞飯
ฉันต้องการข้าวมันไก่หนึ่งจาน

(chan5 tor:ng3kan1 khao3 man1 kai2 nueng2 ja:n1)

B: 哪種尺寸？(大份、小份)
ขนาดไหนคะ?
(ใหญ่, เล็ก)

(kha2na:t2 nai5 kha4? Yai2/lek4)

A: 小份，謝謝
เล็กค่ะ ขอบคุณ

(lek4 kha4 khop2 khun1)

DAY 1
四面佛與完美收尾
วันที่ 1
พระพรหมและปิดท้ายอย่างลงตัว

吃完海南雞飯後，我搭乘BTS從SAPHAN TASKIN站到RATCHADAMRI站後再步行前往CENTRALWORLD。路過看見四面佛人潮洶湧，我只站在天橋遠望，沒有下去參拜，但可以感受到濃濃的信仰氛圍，順路還看見LV的奢華咖啡館，超級氣派有格調！

逛完商場後，晚上回到飯店附近，享受了2.5小時的全身按摩，服務包含盥洗、油壓及藥草球按摩，真的相當放鬆。按摩結束後，因為餓了，便走去離飯店最近的7-11開始探索，買了兩份熱壓吐司(甜、鹹口味各一)、洋芋片和冰涼的可樂，當作第一個夜晚完美的句點。

MP3 03-03

กินข้าวมันไก่เสร็จ ฉันนั่ง BTS จากสถานีสะพานตากสินไปราชดำริ แล้วเดินไป CENTRALWORLD ระหว่างทางเห็นพระพรหมที่มีคนเยอะมาก ฉันยืนดูจากสะพานลอย ไม่ได้ลงไปไหว้ แต่รู้สึกถึงพลังศรัทธาเต็มเปี่ยม แว๊บเห็นคาเฟ่สุดหรูของ LV ด้วย ดูมีสไตล์สุด ๆ!

หลังเดินห้าง เย็น ๆ กลับไปแถวโรงแรม นวดตัว 2.5 ชั่วโมง รวมล้างตัว นวดน้ำมัน และนวดด้วยลูกประคบสมุนไพร ผ่อนคลายมาก ๆ ค่ะ หลังนวดท้องหิว เลยเดินไป 7-11 ใกล้โรงแรม ซื้อแซนด์วิชร้อน (หวานและเค็มอย่างละชิ้น) มันฝรั่งทอด และโค้กเย็น เป็นการปิดท้ายคืนแรกที่ลงตัว!

單字 คำศัพท์

MP3 03-04

計程車

แท็กซี่

(thaek4 si:3)

高速公路收費

ค่าทางด่วน

(kha3 tha:ng1 duan2)

A: 這個會辣嗎？

นี้เผ็ดไหมคะ?

(ni:4 phet2 mai5 kha4?)

B: 不會

ไม่เผ็ดค่ะ

(mai3 phet2 kha3)

DAY 2

圖：喜德

DAY 2

人情與陶瓷島風情
วันที่ 2 มิตรภาพและเสน่ห์เกาะเกร็ด

早上8點在飯店享用自助早餐，品項算是齊全，中、西、日、泰式皆有，不怕不合胃口，簡單吃飽後便回房整理，早上9點出發前往陶瓷島。

我是先從 BTS PHROM PHONG 站到 BTS WAT PHRA SRI MAHATHAT站轉粉紅線，最後是在BTS YEAK PAK KRET出站，出站後有點不知方向，幸好遇到熱心的警衛大哥指路，更幸運的是遇到一個小家庭(夫妻與一個兒子)也要前往陶瓷島。

一路上，我與那位爸爸和兒子彼此語言不通，常常想開口閒聊，也不知道如何開口，感到很可惜，但幸運的是媽媽會中文與泰文，當起我們之間的橋樑。因為需要搭乘路邊的摩托車前往碼頭，爸爸幫我招呼了一台，還幫我支付了車資，真的超感動與感謝！從碼頭前往陶瓷島的單程船票只要3泰銖，非常便宜。

到了島上我也餓了，便找了家麵店吃了一碗豬肉魚丸湯麵，味道相當清爽但不失風味，搭配著河邊景色，既涼爽又滿足，吃飽喝足後便開始逛島，那邊著名的有陶瓷工藝和佛寺，充滿傳統文化氣息。

เช้า 8 โมง ฉันทานบุฟเฟต์อาหารเช้าที่โรงแรม มีครบทั้งอาหารจีน ตะวันตก ญี่ปุ่น และไทย ไม่ต้องกลัวไม่ถูกปาก อิ่มง่าย ๆ แล้วกลับห้องจัดของ ออกเดินทางไปเกาะเกร็ดตอน 9 โมง

นั่ง BTS จากสถานีพร้อมพงษ์ไปวัดพระศรีมหาธาตุ เปลี่ยนสายสีชมพูลงที่สถานีแยกปากเกร็ด ออกมาแล้วงง ๆ นิดหน่อย โชคดีที่พี่ยามใจดีช่วยบอกทาง และโชคดีกว่านั้นคือเจอครอบครัวเล็ก ๆ (พ่อแม่ลูกชาย) ที่จะไปเกาะเกร็ดเหมือนกัน

ระหว่างทาง ฉันกับคุณพ่อและลูกชายคุยกันไม่รู้เรื่อง อยากชวนคุยแต่ไม่รู้จะเริ่มยังไง รู้สึกเสียดาย แต่โชคดีที่คุณแม่พูดได้ทั้งจีนและไทย เป็นสะพานเชื่อมให้เรา ต้องนั่งมอเตอร์ไซค์ข้างทางไปท่าเรือ คุณพ่อช่วยเรียกรถให้และจ่ายค่ารถให้ด้วย ซึ้งใจมาก ๆ ค่ะ! ค่าเรือไปเกาะเกร็ดเที่ยวละ 3 บาท ถูกสุด ๆ

ถึงเกาะแล้วหิว เลยหาร้านก๋วยเตี๋ยว กินก๋วยเตี๋ยวลูกชิ้นหมู รสชาติสดชื่นแต่กลมกล่อม นั่งริมน้ำ เย็นสบายและอิ่มท้อง เดินสำรวจเกาะต่อ มีงานเซรามิกและวัดดัง เต็มไปด้วยกลิ่นอายวัฒนธรรมดั้งเดิม

單字　คำศัพท์

MP3 03-06

豬肉魚丸湯麵
ก๋วยเตี๋ยวลูกชิ้นหมู
(ku:ai5 ti:ao5 lu:k3 chin5 mu:5)

祈福
การขอพร
(kan1 kho:5 phon1)

A: 我要去陶瓷島

ฉันจะไปเกาะเกร็ด

(chan5 ja2 pai1 Kor2 Kret4)

B: 要搭乘摩托車喔

ต้องนั่งมอเตอร์ไซค์นะคะ

(tor:ng3 nang3 mor:1 ter:1 sai:1 na4 kha4)

A: 好的，請問哪邊可以搭乘呢？

โอเคค่ะ ขอถามว่านั่งได้ที่ไหนคะ?

(ok kha3 khor:5 tha:m1 wa:3 na:ng3 dai3 thi:3 nai5 kha4?)

B: 往前直走後，左轉

เดินตรงไปแล้วเลี้ยวซ้าย

(der:n1 tor:ng1 pai1 laeo4 liao4 sai:1)

A: 謝謝

ขอบคุณค่ะ

(khor:p2 khun1 kha3) 19

DAY 2
洽圖洽市集的購物狂歡
วันที่ 2 ช้อปปิ้งสุดมันที่ตลาดจตุจักร

從陶瓷島離開後，經過多線轉乘到MRT CHATUCHAK PARK站，並步行到恰圖恰市集。人潮洶湧，佔地面積相當大，攤位多到逛不完，其中我最有興趣的則是藝術家區，藝廊小而精緻，藝術家常在現場直接創作，非常有趣！

逛完藝術家區後，接著開始逛衣物區，其中發現一家眼鏡店，挑了一副年輕風的太陽眼鏡，意外拿到折扣，超幸運！大多數店家都有三件以上批發價，適合三五好友一起購買，而我沒有殺價的技巧，所以大部分我都還是老實買單(笑)。

MP3 03-07

ออกจากเกาะเกร็ด เปลี่ยนรถหลายสายไป MRT สวนจตุจักร แล้วเดินไปตลาดจตุจักร คนเยอะมาก พื้นที่กว้าง ร้านค้าเยอะจนเดินไม่ทั่ว! ฉันสนใจโซนศิลปินมาก ห้องแสดงงานเล็กแต่เก๋ ศิลปินมักสร้างงานสด ๆ ตรงนั้น สนุกสุด ๆ ค่ะ

เดินโซนศิลปินเสร็จ ต่อไปโซนเสื้อผ้า เจอร้านแว่นตา เลือกแว่นกันแดดสไตล์วัยรุ่น ได้ส่วนลดแบบไม่คาดคิด โชคดีมาก! ร้านส่วนใหญ่ซื้อสามชิ้นขึ้นไปได้ราคาส่ง   เหมาะกับการชวนเพื่อนมาซื้อด้วยกัน   ส่วนฉันไม่เก่งต่อราคา   เลยจ่ายเต็มเกือบทุกอย่าง (หัวเราะ)

單字　คำศัพท์

MP3 03-08

太陽眼鏡
แว่นกันแดด
(wae:n3 kan1 daet2)

折扣
ส่วนลด
(suan2 lot4)

A: 我想看看其他款式

ฉันอยากดูแบบอื่นค่ะ

(Chan5 yak2 du:1 bae:p2 ue:n2 kha4)

B: 這裡有方形的、圓形的

มีทรงสี่เหลี่ยมและกลมค่ะ

(mi:1 thorng1 si:2 lia:m4 lae4 klom4 kha4)

A: 那請問有別種顏色嗎？

แล้วมีสีอื่นไหมคะ?

(Laeo4 mi:1 si:5 ue:n2 mai5 kha4?)

B: 有藍色、咖啡色、粉色

มีสีน้ำเงิน น้ำตาล ชมพูค่ะ

(mi:1 si:5 nam4 nger:n1 nam4 tan1 chom1phu:1 kha3)

A: 我要這副。（方形粉色）

ฉันเอาอันนี้ค่ะ

(สี่เหลี่ยมสีชมพู)

(chan5 ao1 an1 ni:4 kha3 si:5 li:am4 si:5 chom1phu:1)

21

DAY 2

美食與按摩的美好
วันที่ 2 อร่อยและผ่อนคลายสุดฟิน

從恰圖恰市集離開後，我直奔朱拉隆功大學商圈，看見YOUTUBER推薦的J'BO海南雞飯，我點了一份海南雞與炸機雙拼，附湯和醬料與雞肉搭配得宜，份量相當足夠，價錢也非常親民，不愧是大學旁的美食街。我接著去吃芒果糯米飯，芒果很香甜，糯米飯淋上椰漿的風味，是在台灣沒有嘗過的味道，很驚豔！但是錯估食量，胃快撐不住了(笑)。

散步消化後，找了一家按摩店，選了1小時的腳部按摩，還附贈肩頸放鬆，幫我服務的阿姨超會聊天，還跟我學習中文，外表完全看不出來已經50歲，非常佩服！希望我也能像他一樣活到老學到老，保持學習的熱誠。按摩結束後變回飯店，完美結束這充實的一天。

MP3 03-09

ออกจากตลาดจตุจักร ฉันมุ่งหน้าไปย่านจุฬาฯ เจอร้านข้าวมันไก่ J'BO ที่ยูทูบเบอร์แนะนำ สั่งไก่ต้มและไก่ทอดรวม มีซุปและน้ำจิ้มเข้ากันดี ปริมาณเยอะ ราคาย่อมเยา สมกับเป็นร้านใกล้มหาวิทยาลัย! ต่อด้วยข้าวเหนียวมะม่วง มะม่วงหวานหอม ข้าวเหนียวราดกะทิ รสชาติไม่เคยเจอในไต้หวัน อร่อยจนตะลึง! แต่ประเมินท้องตัวเองผิด ทานแทบไม่ไหว (หัวเราะ)

เดินย่อยอาหารแล้ว เจอร้านนวด เลือกนวดเท้า 1 ชั่วโมง แถมนวดไหล่คอ ป้าที่นวดช่างคุย เรียนภาษาจีนจากฉันด้วย ดูไม่ออกเลยว่าอายุ 50 แล้ว น่าทึ่งมาก! หวังว่าฉันจะเรียนรู้ตลอดไปแบบป้าได้ นวดเสร็จกลับโรงแรม ปิดวันแสนเต็มอิ่มอย่างลงตัว

單字　คำศัพท์

MP3 03-10

芒果糯米飯
ข้าวเหนียวมะม่วง
(khao3 nia:o5 ma4 muang3)

按摩
นวด
(nu:at3)

A: 我要按摩

ฉันต้องการนวดค่ะ

(chan5 tor:ng3 kan1 nua:t3 kha4)

B: 哪種按摩呢？

นวดแบบไหนคะ?

(nua:t3 baep2 nai5 kha4?)

A: 可以幫我介紹嗎？

ช่วยแนะนำได้ไหมคะ?

(chua:i3 nae4 nam1 dai3 mai5 kha4)

B: 種類有頭部、肩頸、泰式全身、藥草、腳部，時間是1小時、2小時

มีนวดศีรษะ ไหล่คอ ไทยทั้งตัว สมุนไพร เท้า ใช้เวลา 1 หรือ 2 ชั่วโมง

(mi:3 nua:t3 si:5 sa2 lai2 khor:1 thai1 thang4 tua1 sa2mun5 phrai1 thao4 chai4 we:1la:1 1 rue:5 2 chua:3mor:ng1)

23

DAY 3

EverThai Studio

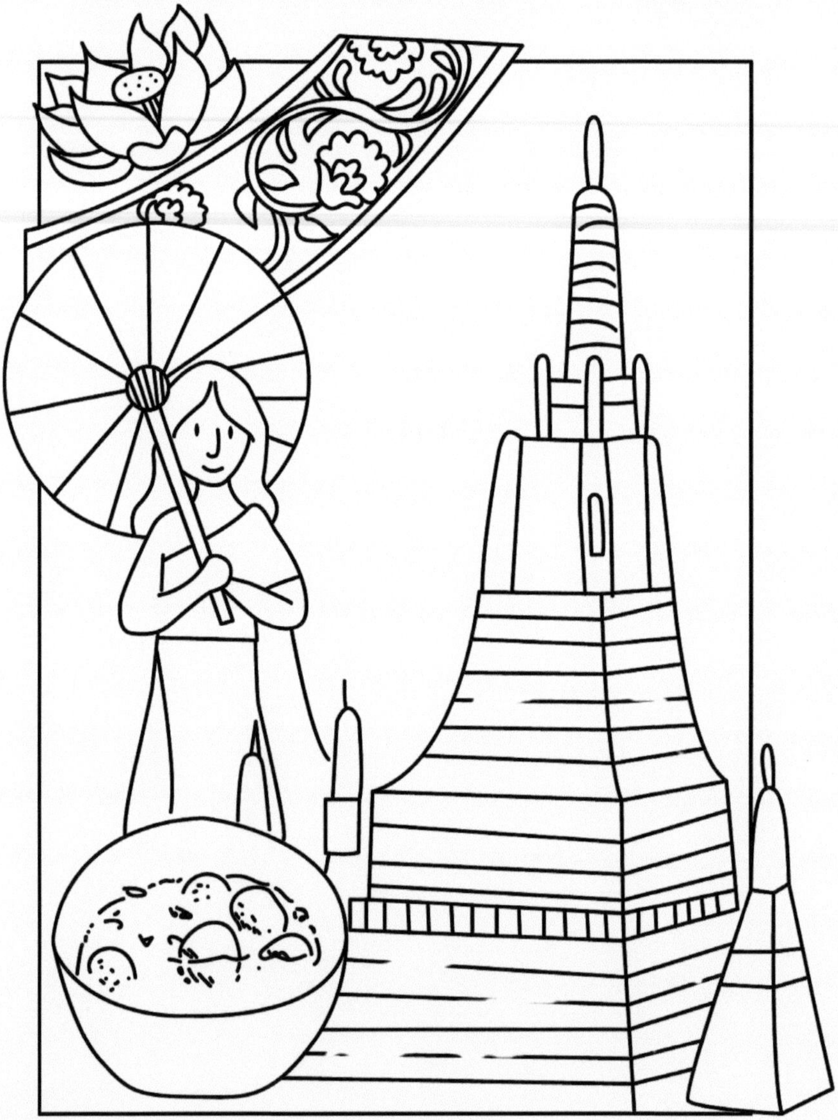

圖：喜德

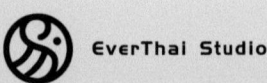

DAY 3
鄭王廟的華麗泰服之旅
วันที่ 3 การเดินทางใน ชุดไทยที่วัดอรุณ

早上一樣在飯店享用自助早餐，吃飽後便從MRT QUEEN SIRIKIT到MRT SANAM站，原本想走路到鄭王廟，但高估了自己的體力，所以還是建議搭乘摩托車前往比較舒服。

我是先在官網預定泰服體驗以及另外找尋攝影師，我提早一小時到了，先逛了附近的小店，大多的店家沒有冷氣，夏天換裝會很炎熱。

我選擇了頂級的泰服體驗，包含全妝、髮型及飾品，挑選的款式是橘紅色裙子搭配米白色上身衣物，第一次化濃妝及貼假睫毛，拍攝時超級不習慣，但是攝影師相當專業，引導拍照姿勢很有耐心，也都相當明確，拍攝成果也很美！但在烈日下拍攝，จริง非常累，我腦子裡只想著吃午餐。

MP3 03-11

เช้าเหมือนเดิม ทานบุฟเฟต์ที่โรงแรม อิ่มแล้วนั่ง MRT จากควีนสิริกิติ์ไปสนามชัย ตั้งใจเดินไปวัดอรุณ แต่ประเมินร่างกายตัวเองสูงไป แนะนำนั่งมอเตอร์ไซค์จะสบายกว่าค่ะ

25

ฉันจองประสบการณ์ชุดไทยทางเว็บและหาช่างภาพแยก มาถึงก่อนหนึ่งชั่วโมง เดินดูร้านเล็ก ๆ ใกล้วัด ร้านส่วนใหญ่ไม่มีแอร์ หน้าร้อนแต่งตัวจะร้อนมาก เลือกแพ็กเกจชุดไทยสุดพรีเมียม รวมแต่งหน้า ทำผม และเครื่องประดับ ชุดที่เลือกเป็นกระโปรงส้มแดงกับเสื้อสีขาวนวล แต่งหน้าจัด ติดขนตาปลอม ถ่ายรูปไม่ชินเลย แต่ช่างภาพมือโปร สอนโพสต์ท่าชัดเจนและใจเย็น ผลงานออกมาสวยมาก! แต่ถ่ายใต้แดดร้อนเปรี้ยง เหนื่อยสุด ๆ คิดแต่เรื่องกินข้าวเที่ยง

單字　คำศัพท์

MP3 03-12

泰服
ชุดไทย
(chut4 thai1)

預約
การจอง
(ka:n1 jor:ng1)

A: 你好，我有在網路上預約服務

สวัสดีค่ะ ฉันจองบริการทางออนไลน์

(sa2was2dee:1 kha4 chan5 jor:ng1 bor:1ri4ka:n1 tha:ng1 online)

B: 請問是王小姐嗎？

คุณวังใช่ไหมคะ?

(khun1 wang1 chai3 mai5 kha4?)

A: 是的

ใช่ค่ะ

(chai3 kha3)

DAY 3
船麵與唐人街的家鄉味
วันที่ 3
ก๋วยเตี๋ยวเรือและกลิ่นอายบ้านที่เยาวราช

其實服裝是租借整天,但拍攝完寫真後,因為我實在太想吃飯,就馬上回到店裡卸妝,卸妝後整個人輕盈起來,馬上使用GOOGLE MAPS找尋附近美食,便找了家船麵店,點了一碗牛肉船麵,環境有點陽春,但不失其食物的風味,湯頭像是台灣泡麵,微微辣、深色湯體搭配麵條和肉塊,很順口。

吃完午餐後,原本想逛臥佛寺,但腳與身體已經太勞累,只好留下遺憾,前往唐人街。抵達目的地後,發現滿滿的中文字招牌,街道的氣氛,感覺像是回到台灣,但有些攤販還沒開,我到河邊的PIECES CAFÉ&BED咖啡廳喝椰子冰淇淋泰奶,小店佈置超文青,座位僅有六個,我很幸運剛好有位置,可以放鬆品嚐。

MP3 03-13

จริง ๆ ชุดไทยเช่าทั้งวัน แต่ถ่ายรูปเสร็จ ฉันหิวมาก เลยรีบกลับร้านล้างหน้า ล้างแล้วรู้สึกโล่งสุด ๆ เปิด GOOGLE MAPS หาร้านอาหารใกล้ ๆ เจอร้านก๋วยเตี๋ยวเรือ สั่งก๋วยเตี๋ยวเรือเนื้อ ร้านดูเรียบง่าย แต่รสชาติไม่ธรรมดา น้ำซุปเหมือนบะหมี่ไต้หวัน เผ็ดนิด ๆ สีเข้ม เส้นและเนื้อเข้ากัน อร่อยลื่นคอ

กินข้าวเที่ยงเสร็จ อยากไปวัดโพธิ์ แต่ขาและตัวเหนื่อยเกิน เลยต้องเก็บไว้เสียดาย ไปเยาวราชต่อ ถึงแล้วเจอป้ายตัวอักษรจีนเต็มไปหมด บรรยากาศเหมือนกลับไต้หวัน แต่ร้านแผงลอยบางร้านยังไม่เปิด ฉันไปร้าน PIECES CAFÉ&BED ริมน้ำ สั่งชานมไทยใส่ไอศกรีมมะพร้าว ร้านเล็กสไตล์ฮิป มีที่นั่งแค่หกที่ โชคดีได้นั่ง ชิลมาก ๆ ค่ะ

單字　คำศัพท์

MP3 03-14

牛肉船麵
ก๋วยเตี๋ยวเรือเนื้อ
(kuai5 tiao5 ruea:1 nue:a4)

泰式奶茶
ชานมไทย
(cha:1 nom1 thai1)

A: 我要一杯泰式奶茶

ฉันต้องการชานมไทยหนึ่งแก้ว

(chan5 tor:ng3kan1 cha:1 nom1 thai1 nueng2 kaeo3)

B: 甜度要多少？

หวานแค่ไหนคะ?

(wan5 khae:3 nai5 kha4?)

A: 中等甜，謝謝

หวานกลาง

ขอบคุณค่ะ

(wan5 klang1 khop2 khun1 kha3)

28

DAY 3

唐人街小吃與百貨休息
วันที่ 3 ของกินเยาวราช และพักผ่อนที่ห้าง

離開咖啡廳後,便走到林老五魚丸湯攤位,他們還在準備開店,店家人員貼心讓我先入座等待,開店後人潮湧入,我點了一碗魚丸湯,湯體是清淡風格,味道與台灣的魚丸湯相近,桌上都有調味料(辣椒醋水、魚露、辣椒粉等等),其實可以依據自己的喜好添加。唐人街的中國味雖然讓人熟悉,少些新奇感,但還沒逛過夜晚版,下次再來逛。

吃飽喝足後,發現腳有點痛,但時間還早,不想回飯店,便搭乘MRT轉乘BTS到TERMINL 21(航站百貨),每層樓主題不同,想多逛一點,但因為腳實在太痛了,只買了杯手標泰奶,便坐在長椅休息後,就回飯店了。

MP3 03-15

ออกจากคาเฟ่ เดินไปร้านน้ำซุปลูกชิ้นหลินหล่าวู่ ร้านยังเตรียมอยู่ พนักงานใจดีให้ฉันนั่งรอ ร้านเปิดแล้วคนแน่น สั่งน้ำซุปลูกชิ้น น้ำซุปใสสไตล์จืด รสชาติคล้ายน้ำซุปลูกชิ้นไต้หวัน บนโต๊ะมีเครื่องปรุง (น้ำส้มสายชูพริก น้ำปลา พริกป่น) ปรับรสได้ตามชอบ เยาวราชมีกลิ่นอายจีนที่คุ้นเคย แต่ขาดความแปลกใหม่ ยังไม่ได้เดินตอนกลางคืน ครั้งหน้าต้องมา!

29

อิ่มแล้ว ขาเริ่มเจ็บ แต่ยังไม่อยากกลับโรงแรม นั่ง MRT ต่อ BTS ไป TERMINAL 21 ห้างนี้แต่ละชั้นมีธีมต่างกัน อยากเดินเยอะ ๆ แต่ขาเจ็บเกิน ซื้อชานมแบบ HAND-BREWED แก้วเดียว นั่งพักบนม้านั่งแล้วกลับโรงแรมค่ะ

單字 คำศัพท์

MP3 03-16

魚丸湯
น้ำซุปลูกชิ้นปลา
(nam4 sup4 luk3 chin1 pla:1)

門票
ตั๋วเข้าชม
(tua5 khao3 chom1)

A: 這個會辣嗎？

นี้เผ็ดไหมคะ?

(ni4 phet2 mai5 kha4?)

B: 不會

ไม่เผ็ดค่ะ

(mai3 phet2 kha3)

DAY 4

圖：喜德

DAY 4

吞武里海鮮市場的美食饗宴
วันที่ 4:
มหกรรมอาหารทะเลที่ตลาดน้ำขวัญเรียม

早上8點跳過飯店早餐，直奔吞武里海鮮市場！搭乘MRT 到 LAKSONG站，再轉搭摩托車，市場離曼谷市區較遠，多人一起行動的話，直接叫計程車，會省時、省錢又舒適。因為前幾天走太多路，我的腳已經痛到哀號，所以這次學聰明了，大部分都是搭乘摩托車前往。

抵達市場後，場區超大，分區也很清楚、乾淨無腥味，也有不少台灣觀光客。我買了扇貝(5個160泰銖)和螃蟹，清蒸後沾醬超鮮甜。市場內有一區是鯨魚美食中心，那邊有小吃區規劃的很好，可以有舒適的座位、盥洗手區以及冷氣，我點了椰漿小脆餅(5個)和椰漿餅(綜合口味)，這幾個小吃驚艷到我的味蕾，椰漿小脆餅甜鹹不膩，而椰漿餅的蔥口味，味道跟口感像蘿蔔糕、碗粿，很推薦可以買來吃!還去蔬果區買了半斤山竹(40泰銖)，整體用餐環境非常舒適！

MP3 03-17

เช้า 8 โมง ข้ามบุฟเฟต์โรงแรม พุ่งไปตลาดน้ำขวัญเรียม! นั่ง MRT ไปสถานีหลักสอง ต่อมอเตอร์ไซค์ ตลาดอยู่ไกลจากตัวเมือง ถ้ามากันหลายคน เรียกแท็กซี่จะประหยัดเวลาและเงิน สบายกว่าด้วย สองสามวันก่อนเดินเยอะ ขาเจ็บจนร้อง ครั้งนี้ฉลาดขึ้น ส่วนใหญ่ใช้มอเตอร์ไซค์ค่ะ

ถึงตลาดแล้ว กว้างมาก แบ่งโซนชัด สะอาด ไม่มีกลิ่นคาว เจอนักท่องเที่ยวไต้หวันเยอะเลย ซื้อหอยเชลล์ (5 ตัว 160 บาท) และปูนึ่งแล้วจิ้มน้ำจิ้ม สดหวานมาก! ในตลาดมีโซนศูนย์อาหารวาฬ จัดโซนของว่างดีมาก มีที่นั่งสบาย อ่างล้างมือ และแอร์ สั่งขนมครกมะพร้าว (5 ชิ้น) และข้าวตังมะพร้าว (รสผสม) ของว่างเหล่านี้สุดยอดมาก ขนมครกหวานเค็มลงตัว รสต้นหอมเหมือนข้าวเกรียบแครอทนุ่ม แนะนำให้ลอง! ซื้อเงาะครึ่งกิโล (40 บาท) ด้วย สภาพแวดล้อมน่านั่งสุด ๆ ค่ะ

單字　คำศัพท์

MP3 03-18

海鮮

อาหารทะเล

(a:1ha:n5 tha4le:1)

椰漿小脆餅

ขนมครกมะพร้าว

(kha2nom5 khrok4 ma4phrao1)

A: 我要一份扇貝

ฉันต้องการหอยเชลล์หนึ่งจาน

(chan5 tor:ng3kan1 hor:i5 chel1 nueng2 ja:n1)

B: 要燒烤還是蒸煮？

จะย่างหรือนึ่งคะ?

(ja2 yang3 rue5 nueng3 kha4?)

A: 蒸煮，謝謝

นึ่ง ขอบคุณค่ะ

(nueng3 khop2 khun1 kha3)

DAY 4

曼谷藝術中心的靈感時光
วันที่ 4 แรงบันดาลใจ ที่ศูนย์ศิลปะกรุงเทพฯ

吃飽後，搭 MRT 回市區轉 BTS，到達 BTS NATIONAL STADIUM，直達曼谷藝術中心(BACC)。這裡低樓層有攤商和藝術展，高樓層是大展間，這次是聯合展覽，作品從大型雕塑到小型攝影都有，超豐富!剛好遇到學生團體參觀，感覺自己也年輕起來了。場館整體動線舒適、廁所乾淨，非常適合悠閒逛展。

離開後步行到暹羅商圈，逛了百貨但沒買東西，因為腳太累只想休息，晚餐則是去吃紅大哥水門雞！

MP3 03-19

อิ่มแล้ว นั่ง MRT กลับตัวเมือง ต่อ BTS ไปสถานีสนามกีฬาแห่งชาติ ถึงศูนย์ศิลปะกรุงเทพฯ (BACC) ชั้นล่างมีร้านค้าและนิทรรศการ ชั้นบนเป็นห้องแสดงงานใหญ่ ครั้งนี้เป็นงานรวม มีทั้งประติมากรรมใหญ่และภาพถ่ายเล็ก ๆ หลากหลายมาก! เจอกลุ่มนักเรียนมาดู รู้สึกเหมือนตัวเองเด็กขึ้น ภายในอาคารเดินสะดวก ห้องน้ำสะอาด เหมาะกับการเดินชมชิล ๆ

ออกมาเดินไปสยามสแควร์ เดินห้างแต่ไม่ได้ซื้ออะไร ขาเมื่อย อยากพัก มื้อเย็นไปกินข้าวมันไก่ที่ร้านพี่ชายแดงไก่ประตูน้ำค่ะ

單字　คำศัพท์

MP3 03-20

藝術
ศิลปะ
(si:n5 la4 pa2)

展覽
นิทรรศการ
(ni4 thet3 ka:n1)

A: 這裡可以拍照嗎？

ที่นี่ถ่ายรูปได้ไหมคะ?

(thi:3 ni:3 thai:2 ru:p4 dai3 mai5 kha4?)

B: 可以，但不能用閃光燈

ได้ค่ะ แต่ห้ามใช้แฟลช

(dai3 kha3 tae:2 ha:m3 chai4 flae:t2)

DAY 4

水門雞與商圈漫步
วันที่ 4 ไก่ประตูน้ำ และเดินเล่นสยามสแควร์

　傍晚到達紅大哥水門雞，位於水門市場對面，是米其林必比登推薦名店，因為我早到，所以都還有位置，點了海南雞飯、涼拌青木瓜、苦瓜排骨湯和龍眼汁，桌上滿滿的餐點，像是大胃王，雞肉吃起來中規中矩，雲瑞興更勝一籌，涼拌青木瓜超辣，所以我沒有吃完。

　在用餐的時候，遇到一個怪異陌生男子，一直盯著我，吃完飯後還在外面等待，我心想難道這趟旅程的危險來了嗎？結果我靈機一動，剛好想到有另外一間海南雞我也想吃，走沒幾步路之後，我就馬上轉入廣興水門雞，這時他才離開，只能說愛吃的人是會有福的，食量拯救了我(笑)。如果要排名海南雞，廣興第三，紅大哥第二，J'BO並列雲瑞興第一。

　晚上的時間就是在暹羅商圈逛百貨，品牌很多，選擇也多謝，但我的腳實在負荷不了了，早早回飯店休息了。

MP3 03-21

　เย็น ๆ ไปถึงร้านพี่ชายแดงไก่ประตูน้ำ ตรงข้ามตลาดประตูน้ำ เป็นร้านมิชลิน BIB GOURMAND มาเร็วเลยมีที่นั่ง สั่งข้าวมันไก่ ส้มตำ ซุปกระดูกหมูมะระ และน้ำลำไย โต๊ะเต็มเหมือนกินจุ ข้าวมันไก่รสชาติโอเค แต่ยูนรุ่ยซิงอร่อยกว่า ส้มตำเผ็ดเกิน ทานไม่หมดค่ะ

ตอนกิน มีผู้ชายแปลกหน้าจ้องฉันตลอด กินเสร็จเขายังรออยู่นอกร้าน คิดในใจว่านี่คืออันตรายของทริปหรือเปล่า? โชคดีที่ฉันนึกได้ว่าอยากกินข้าวมันไก่อีกร้าน เดินไม่กี่ก้าว เข้าไปร้านกวงซิงไก่ประตูน้ำ เขาเลยหนีไป รักการกินช่วยชีวิตไว้ (หัวเราะ) ถ้าจัดอันดับข้าวมันไก่ กวงซิงที่สาม พี่ชายแดงที่สอง J'BO และยูนรุ่ยซิงที่หนึ่งเท่ากัน

ตอนค่ำเดินห้างสยามสแควร์ มีแบรนด์เยอะ ตัวเลือกมาก แต่ขาไม่ไหวแล้ว กลับโรงแรมพักเร็วเลยค่ะ

單字　คำศัพท์

MP3 03-22

涼拌青木瓜

สัมตำ

(som3 ta:m1)

海南雞飯

ข้าวมันไก่

(khao3 man1 kai2)

A: 我要一份涼拌青木瓜

ฉันต้องการส้มตำหนึ่งจาน

(chan5 tor:ng3ka:n1 som3 ta:m1 nueng2 jan1)

B: 要多辣？

เผ็ดแค่ไหนคะ?

(phet2 khae3 nai5 kha4?)

A: 微辣，謝謝

เผ็ดนิดหน่อย ขอบคุณค่ะ

(phet2 nit4 nor:i2 khor:p2 khun1 kha3)

DAY 5

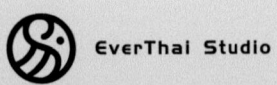

圖：喜德

DAY 5

蔬食饗宴與轉換飯店
วันที่ 5
มื้อมังสวิรัติสุดอร่อยและย้ายโรงแรม

早上8點起床，整理行李後搭計程車換到臥室飯店(BEDROOMHOTEL)，放下行李稍作梳洗，12點出門吃午餐。選了BTS EKKAMAI站下的KHUN CHURN蔬食餐廳，店面偏小、座位少，但餐點超豐富！我點了春捲、炸豆皮捲、綠咖哩烤餅和芒果MOJITO，點完後餐點佔滿桌面。

春捲清爽開胃，炸豆皮酥脆可口，綠咖哩絕對第一名，香料非常入味，配烤餅超棒！但是生菜有點苦，每道餐點搭配的沾醬各有風味，可以自己交換口味。這頓美味蔬食午餐，讓我整天都好心情，非常滿足！

MP3 03-23

ตื่น 8 โมงเช้า จัดกระเป๋าแล้วนั่งแท็กซี่ย้ายไปโรงแรม BEDROOM วางกระเป๋า ล้างหน้าแป๊บเดียว เที่ยงออกไปกินข้าว เลือกร้านอาหารมังสวิรัติ KHUN CHURN ใต้สถานี BTS เอกมัย ร้านเล็ก ที่นั่งน้อย แต่เมนูเยอะมาก! สั่งปอเปี๊ยะสด เต้าหู้ทอด โรตีกับแกงเขียวหวาน และมะม่วงโมจิโต โต๊ะเต็มไปด้วยอาหารเลยค่ะ

ปอเปี๊ยะสดชื่น เต้าหู้ทอดกรอบอร่อย แกงเขียวหวานได้ที่หนึ่ง เครื่องเทศเข้มข้น กินกับโรตีสุดยอด! แต่ผักสดขมหน่อย น้ำจิ้มแต่ละจานมีรสเฉพาะ เปลี่ยนรสได้ตามชอบ มื้อมังสวิรัตินี้อร่อย ทำวันทั้งวันดีใจ อิ่มฟินสุด ๆ ค่ะ!

單字　คำศัพท์

MP3 03-24

蔬食
อาหารมังสวิรัติ
(a:1ha:n5 mang1 sa2wi4rat4)

綠咖哩
แกงเขียวหวาน
(kae:ng1 khi:ao5 wa:n5)

A: 我要一份春捲
ฉันต้องการปอเปี๊ยะหนึ่งจาน
(chan5 tor:ng3ka:n1 po:1pia4 nueng2 ja:n1)

B: 要什麼醬料？
ต้องการน้ำจิ้มอะไรคะ?
(tor:ng3ka:n1 nam4 ji:m3 a2rai2 kha4?)

A: 隨餐附的醬料，謝謝
น้ำจิ้มที่ให้มากับอาหาร ขอบคุณค่ะ
(nam4 jim3 thi:3 hai3 ma:1 kap2 a:1ha:n5 khop2 khun1 kha3)

DAY 5

書店探訪與腳痛奮戰

วันที่ 5 เยือนร้านหนังสือและสู้กับอาการปวดขา

午餐後搭BTS從ON NUT站到ASOK，轉MRT到PHRARA RAM9站，前往 CENTRAL RAMA 9 的 THINKING SPACE B2S 書店。但是脚痛得像要断了，路上只能忍痛前行。

到書店後，坐在附近的長椅拉筋伸展，姿勢怪到怕被當怪人(笑)。休息兩小時後仍然痠痛，只能拖著腳逛書店。書店裡多是工具書，台灣的書店比較有趣，想起BACC中的獨立書區，那邊的泰文小說較有特色，但當時怕買了不看也看不懂，就沒入手了。結果腳痛真的太嚴重，決定先回飯店休息養傷，准備晚上再逛喬德夜市!

MP3 03-25

หลังมื้อเที่ยง นั่ง BTS จากออนนุชไปอโศก ต่อ MRT ไปพระราม 9 เพื่อไปร้าน THINKING SPACE B2S ที่ CENTRAL RAMA 9 แต่ขาเจ็บเหมือนจะหัก เดินฝืนเจ็บไปถึงร้าน

ถึงแล้วนั่งยืดขาบนม้านั่งใกล้ ๆ ท่าแปลกจนกลัวคนมองว่าแปลก (หัวเราะ) พักสองชั่วโมงยังปวด ลากขาเดินดูร้าน หนังสือส่วนใหญ่เป็นคู่มือ ร้านหนังสือในไต้หวันสนุกกว่า นึกถึงโซนร้านหนังสืออิสระที่ BACC นิยายไทยที่นั่นน่าสนใจ แต่กลัวซื้อแล้วไม่อ่านและอ่านไม่เข้าใจ เลยไม่ได้ซื้อ

สุดท้ายขาเจ็บหนักมาก ตัดสินใจกลับโรงแรมพักฟื้น เตรียมไปเดินตลาดเจเจตอนเย็นค่ะ!

單字　คำศัพท์

MP3 03-26

書店
ร้านหนังสือ
(ran4 nang5 sue:5)

疼痛/痛處
อาการปวด
(a:1 ka:n1 puat2)

A: 這裡有什麼書推薦？
ที่นี่มีหนังสืออะไรแนะนำคะ?
(thi:3ni:3 mi:1 nang5 sue:5 a2rai1 nae4nam1 kha4?)

B: 這本很受歡迎
เล่มนี้ได้รับความนิยมค่ะ
(Lem3 ni:4 dai3 rap4 khwa:m1 ni4yom1 kha3)

DAY 5

喬德夜市的熱鬧夜晚
วันที่ 5 ค่ำคืนคึกคักที่ตลาดเจเจ

回飯店休息後，腳稍微緩和痠痛，晚上6點搭車到喬德夜市，是市區最熱鬧的夜市之一！攤販和遊客超多，腳痛的我只能在出口附近逛，但商家也很豐富。

我買了一份香蕉煎餅，煎得軟中帶焦香，香蕉味濃，份量十足，但建議跟旅伴或是朋友分食！在夜市中央有植栽區與户外桌椅，對於我這種需要坐著吃的人來說，超級貼心。雖然因為腳痛，沒逛完，但已心滿意足。所以早早叫車回飯店，也順路在7-11買點心，結束美好的一天。

MP3 03-27

พักที่โรงแรม ขาดีขึ้นนิดหน่อย เย็น 6 โมงนั่งรถไปตลาดเจเจ หนึ่งในไนต์มาร์เก็ตที่คึกคักสุดในเมือง! ร้านค้าและนักท่องเที่ยวเยอะมาก ขาเจ็บเลยเดินได้แค่แถวทางออก แต่ร้านก็เยอะอยู่นะ

ซื้อโรตีกล้วยหอมมา โรตีนุ่ม หอมกลิ่นไหม้ กล้วยเข้มข้น ปริมาณเยอะ แนะนำแชร์กับเพื่อนหรือคนเดินทางด้วย! ตรงกลางตลาดมีโซนต้นไม้ พร้อมโต๊ะเก้าอี้กลางแจ้ง เหมาะกับคนต้องนั่งกินอย่างฉัน ถึงขาจะเจ็บจนเดินไม่ทั่ว แต่ก็อิ่มใจแล้ว เรียกรถกลับโรงแรมเร็ว แวะซื้อของว่างที่ 7-11 จบวันอย่างสวยงามค่ะ

單字　คำศัพท์

MP3 03-28

香蕉煎餅
โรตีกล้วย
(ro:1ti:1 kluai3)

夜市
ตลาดนัดกลางคืน
(ta2lat2 nat4 kla:ng1 khue:n1)

A: 這個多少錢？

อันนี้เท่าไหร่คะ?

(an1 ni:4 thao3 rai2 kha4?)

B: 50泰銖

50 บาทค่ะ

(ha5 si:p2 ba:ht2 kha3)

DAY 6

圖：喜德

DAY 6

SWU市集的學生氣息
วันที่ 6 บรรยากาศนักศึกษาที่ตลาด SWU

早上9點搭計程車到詩納卡寧威洛大學(SWU)市集，腳痛不敢再搭空鐵挑戰自己(笑)。市集就在校門口，旁邊是商業大樓，氣氛很特別。前區多是二手攤位，喜歡挖寶的人會超愛！還有生活用品、蔬果和小吃，價格親民，特別適合學生或是小資族。

我買了可可泰奶(香濃但偏甜)和香蘭葉甜糕，甜糕Q彈像雞蛋糕，香蘭味清淡，好吃！邊吃邊看環境，發現泰國大學生是會需要穿著統一的制服，這點與台灣差很多，覺得很特別！我也感受到在地學生生活的氣息，非常青春。逛完市集之後搭車回飯店小睡補體力。

MP3 03-29

เช้า 9 โมง นั่งแท็กซี่ไปตลาดมหาวิทยาลัยศรีนครินทรวิโรฒ (SWU) ขาเจ็บเลยไม่กล้าลองนั่งรถไฟฟ้า (หัวเราะ) ตลาดอยู่หน้าประตูมหาวิทยาลัย ข้าง ๆ เป็นตึกพาณิชย์ บรรยากาศแปลกตา โซนหน้ามีร้านมือสองเยอะ คนชอบขุดสมบัติต้องรักแน่! มีของใช้ ผักผลไม้ และของว่าง ราคาย่อมเยา เหมาะกับนักศึกษาหรือคนงบน้อย

ซื้อชานมโกโก้ (หอมแต่หวานไปหน่อย) และขนมใบเตย ขนมหนึบเหมือนเค้กไข่ กลิ่นใบเตยอ่อน อร่อยค่ะ! กินไปดูรอบ ๆ เห็นนักศึกษาต้องใส่ยูนิฟอร์มเหมือนกัน แตกต่างจากไต้หวันมาก รู้สึกแปลกใหม่ ได้สัมผัสชีวิตนักศึกษาท้องถิ่น รู้สึกเหมือนวัยรุ่น เดินเสร็จนั่งรถกลับโรงแรม งีบเก็บแรง

單字　คำศัพท์

MP3 03-30

香蘭甜糕
ขนมใบเตย
(kha2nom5 bai1 toei1)

可可泰奶
ชานมโกโก้
(cha:1 nom1 ko:1ko:1)

A: 這個多少錢？

อันนี้เท่าไหร่คะ?

(an1 ni4 thao3 rai2 kha4?)

B: 20泰銖

20 บาทค่ะ

(yi:3 si:p2 ba:ht2 kha3)

DAY 6

JW萬豪的吃到飽盛宴
วันที่ 6 บุฟเฟต์สุดหรูที่โรงแรม JW Marriott

下午睡到5點，搭BTS從ON NUT站到NANA站，步行到JW萬豪酒店享用晚餐。我是透過HUNGRYHUB預訂餐廳，預先付款，到現場直接使用QR碼入座超方便！因為我早到選了雙人位，離食物區很近，省腳力。

整體海鮮新鮮乾淨，熟食豐富，現煎牛排需要填單，生蠔和沙拉也都是清淡風味，需要沾醬才更好吃，牛排普通，沒有必要吃。嘗試了傳統小點心—露楚，口味甜膩像綠豆沙外面裹糖衣，個人不太愛，但是造型可愛。

仙草凍比口感台灣硬，香氣不同，但好吃！吃飽後腳痛緩解，準備去TERMINL 21(航站百貨)逛街！

MP3 03-31

บ่ายนอนถึง 5 โมง นั่ง BTS จากอ่อนนุชไปนานา เดินไปโรงแรม JW MARRIOTT เพื่อกินมื้อเย็น จองผ่าน HUNGRY HUB จ่ายล่วงหน้า ถึงแล้วใช้ QR โค้ดนั่งง่ายมาก! มาถึงเร็ว เลือกที่นั่งคู่ ใกล้โซนอาหาร เดินน้อยประหยัดแรง

อาหารทะเลสดสะอาด อาหารปรุงสุกหลากหลาย สเต๊กย่างต้องกรอกใบสั่ง หอยนางรมและสลัดรสจืด ต้องจิ้มน้ำจิ้มถึงอร่อย สเต๊กธรรมดา ไม่ต้องกินก็ได้

ลองของหวานลอดช่อง หวานเหมือนถั่วแดงเคลือบน้ำตาล ไม่ค่อยชอบ แต่หน้าตาน่ารัก วุ้นเฉาก๊วยแข็งกว่าไต้หวัน กลิ่นต่างนิดหน่อย แต่อร่อย! อิ่มแล้วขาเจ็บดีขึ้น เตรียมไปช้อปที่ TERMINAL 21 ค่ะ!

單字　คำศัพท์

MP3 03-32

訂位
การจอง
(ka:n1 jor:ng1)

仙草凍
วุ้นเฉาก๊วย
(wun4 chao5 kuai1)

A: 你好，我有預訂座位

สวัสดีค่ะ ฉันจองที่นั่งไว้

(sa2was2di:1 kha3 chan5 jor:ng1 thi:3 nang5 wai4)

B: 請給我訂位號碼

ช่วยให้หมายเลขการจองหน่อยค่ะ

(chua:i3 hai3 mai:5 lek4 ka:n1 jor:ng1 nori:2 kha3)

49

DAY 6
Terminal21的伴手禮狩獵
วันที่ 6 ล่าของฝากที่ Terminal 21

吃完晚餐,搭摩托車到TERMINL 21(航站百貨),這間百貨屬於平價商場,而非精品店,小資族超適合來這裡逛!每層有不同主題:日系、泰式、印度、美式應有盡有。我在VNC看包包,店內款式年輕時尚,適合上班族購買,但我因為沒有需求就沒有買了。

主要是在 KHAS 買了香皂以及精油香氛,他們味道種類多、折扣優,超值伴手禮!還買了JELLY BUNNY的Y2K風衣服和米奇聯名帽子,但它們版型偏小,建議試穿後再購買。價位合理,逛得開心,買完回飯店休息,準備明天最後的行程!

MP3 03-33

กินข้าวเย็นเสร็จ นั่งมอเตอร์ไซค์ไป TERMINAL 21 ห้างนี้เป็นสไตล์มอลล์ ไม่ใช่ร้านหรู เหมาะกับคนงบน้อยอย่างฉัน! แต่ละชั้นมีธีมต่างกัน ญี่ปุ่น ไทย อินเดีย อเมริกัน มีครบ ดูกระเป๋าที่ VNC สไตล์วัยรุ่น เหมาะกับคนทำงาน แต่ไม่ต้องการเลยไม่ได้ซื้อ

ซื้อของที่ KHAS เป็นหลัก ได้สบู่และน้ำหอมกลิ่นน้ำมันหอมระเหยกลิ่นหลากหลาย ลดราคาดี คุ้มเป็นของฝาก! ซื้อเสื้อสไตล์ Y2K ของ JELLY BUNNY และหมวกมิคกี้เมาส์ด้วย ทรงค่อนข้างเล็ก แนะนำให้ลองก่อนซื้อ ราคาไม่แพง เดินสนุก ซื้อเสร็จกลับโรงแรมพัก เตรียมลุยวันสุดท้ายค่ะ!

單字　คำศัพท์

MP3 03-34

香皂
สบู่
(sa2bu2)

衣服
เสื้อผ้า
(suea:3 pha:3)

A: 這件有其他尺寸嗎？

อันนี้มีขนาดอื่นไหมคะ?

(an1 ni4 mi:1 kha2nat2 ue:n2 mai5 kha4?)

B: 有大號和中號

มีขนาดใหญ่และกลางค่ะ

(mi:1 kha2nat2 yai2 lae4 kla:ng1 kha3)

DAY 7

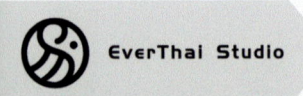

圖：喜德

EverThai Studio

DAY 7

伴手禮採買的意外波折
วันที่ 7 การซื้อของฝาก กับเหตุการณ์ไม่คาดฝัน

因為最後一天沒有特早上睡到自然醒，搭計程車到LOTUS'S採買伴手禮。路過麥當勞肚子餓，就點了打拋豬飯和奶茶，結果味道普通又偏辣，奶茶沒亮點，吃完還拉肚子！只好衝回飯店處理腸胃，差點「失去自我」(笑)。

休息後重振精神，再訪LOTUS'S。賣場像與台灣大賣場相似，伴手禮區有中文標示，超好找！我買了在7-11吃過的樂事(MIENGKAMROBROB ROS和HOTCHILI SQUID口味，小包裝，很方便分送)、山竹榴槤軟糖、藥草皂，還幫家人買了五塔散，一次買齊超省事！

MP3 03-35

วันสุดท้ายเลยนอนตื่นสาย นั่งแท็กซี่ไป LOTUS'S เพื่อซื้อของฝาก ผ่าน MCDONALD'S ท้องหิว สั่งข้าวกะเพราหมูและชานม รสชาติธรรมดาและเผ็ดไป ชานมไม่เด่น กินเสร็จท้องเสีย! รีบวิ่งกลับโรงแรมจัดการท้อง เกือบ "เสียตัวตน" (หัวเราะ)

53

พักแล้วฮึดสู้ กลับไป LOTUS'S ห้างเหมือนซูเปอร์มาร์เก็ตในไต้หวัน โซนของฝากมีป้ายภาษาจีน หาง่ายมาก! ซื้อมันฝรั่งทอดจาก 7-11 (รส MIENG KAM KROB ROS กับ HOT CHILI SQUID แพ็กเล็กแบ่งง่าย) ลูกอมรสมังคุดและทุเรียน สบู่สมุนไพร และซื้อผงยาหอมให้ครอบครัว ซื้อครบจบที่เดียว สะดวกสุดค่ะ!

單字　คำศัพท์

MP3 03-36

軟糖
ลูกอม
(lu:k3 om1)

腸胃不舒服
ท้องเสีย
(thor:ng4 si:a5)

A: 這個有小包裝的嗎？

อันนี้มีแพ็กเล็กไหมคะ?

(an ni:4 mi:1 phae:k4 lek4 mai5 kha4?)

B: 有，在這邊

มีค่ะ อยู่ตรงนี้

(mi:1 kha3 yu2 tor:ng1 ni:3)

DAY 7
席娜卡林夜市的復古狂歡
วันที่ 7 ความสนุกย้อนยุคที่ตลาดรถไฟศรีนครินทร์

晚上6點搭計程車到席娜卡林火車夜市,地點靠近素萬那普機場,離市區稍遠,因為腳痛選擇不搭BTS。

夜市超大,分成小吃、餐廳、雜貨和二手區,3小時也逛不完!小吃比喬德夜市更多,價格更親民,看到很多學生族出沒。

我買了龍眼汁和烤肉串(10泰銖/串),甜醬像味噌,不合我胃口,偏愛鹹味的人可能會失望。雜貨區有衣飾配件,二手區的復古擺飾超好拍!我買了兩副太陽眼鏡,款式多但要留意仿品。整體逛得很開心,回飯店整理行李,結束這趟泰國獨旅。

MP3 03-37

เย็น 6 โมง นั่งแท็กซี่ไปตลาดรถไฟศรีนครินทร์ ใกล้สนามบินสุวรรณภูมิ ห่างจากตัวเมืองหน่อย ขาเจ็บเลยไม่นั่ง BTS

ตลาดกว้างมาก แบ่งเป็นโซนของว่าง ร้านอาหาร ของจิปาถะ และของมือสอง 3 ชั่วโมงยังเดินไม่ทั่ว! ของกินเยอะและถูกกว่าตลาดเจเจ เจอนักศึกษาเยอะ ซื้อน้ำลำไยและหมูย่าง (10 บาท/ไม้) ซอสหวานเหมือนมิโซะ ไม่ถูกปาก คนชอบรสเค็มอาจผิดหวัง โซนของจิปาถะมีเสื้อผ้าเครื่องประดับ

55

โซนมือสองของตกแต่งย้อนยุค ถ่ายรูปสวย! ซื้อแว่นกันแดดสองอัน มีหลายแบบ แต่ต้องระวังของเลียนแบบ เดินสนุกมาก กลับโรงแรมจัดกระเป๋า จบทริปเดี่ยวไทยค่ะ!

單字　คำศัพท์

MP3 03-38

烤肉串
หมูย่าง
(mu5 ya:ng3)

二手物品
ของมือสอง
(khorng5 mue:1 sorng5)

A: 這是真品嗎？

อันนี้ของแท้ไหมคะ?

(an1 ni4 khorng5 thae:4 mai5 kha4?)

B: 是真品，放心

ของแท้ค่ะ มั่นใจได้

(khorng5 thae:4 kha3 man1 jai1 dai3)

曼谷景點介紹

CHAPTER 4
สถานที่ท่องเที่ยวในกรุงเทพฯ

Warehouse 30: 的文創魅力
Warehouse 30: มุมศิลปะแห่งใจในกรุงเทพฯ

WAREHOUSE 30 位於曼谷 BANGRAK 區，是一個充滿歷史與創意的 文創園區。 18 世紀大城府陷落後，葡萄牙人獲准設港口，1860 年代建的外交宮融合泰葡風格。 1830 年代美國傳教士引進泰文印刷機，開始出版宗教書籍。

二戰期間日軍佔領後，土地易主，1925–1941 年興建倉庫儲物。 1970 年代原計畫改建為商業中心，因成本高保留原貌，現為 文創藝術空間。 我第一天造訪，園區不大，店家少，且多數不開放拍照，略顯失望。 但整體氛圍文藝而靜謐，適合喜愛藝術的旅人。 若想探索更多，附近石龍軍路也有許多美食與特色街景，推薦一遊！

MP3 04-01

WAREHOUSE 30 ตั้งอยู่ในย่านบางรัก เป็นพื้นที่ศิลปะที่เปี่ยมด้วยประวัติศาสตร์และความคิดสร้างสรรค์ หลังการล่มสลายของอยุธยา โปรตุเกสได้รับอนุญาตให้สร้างท่าเรือ ในปี 1860 มีการสร้างวังทูตผสมผสานสถาปัตยกรรมไทย-โปรตุเกส ปี 1830 มิชชันนารีอเมริกันได้นำเครื่องพิมพ์ภาษาไทยมาใช้ สงครามโลกครั้งที่ 2 ญี่ปุ่นเข้ายึดพื้นที่ ที่ดินเปลี่ยนมือ ระหว่างปี 1925–1941 สร้างโกดังเก็บของ

ปี 1970 เคยมีแผนสร้างศูนย์การค้า แต่ยกเลิกเพราะต้นทุนสูง ปัจจุบันกลายเป็นพื้นที่จัดแสดงงานศิลปะ ฉันไปวันแรก สถานที่ไม่ใหญ่ ร้านค้าน้อย และห้ามถ่ายรูป เลยรู้สึกผิดหวังเล็กน้อย แต่บรรยากาศศิลป์เข้มข้น เหมาะกับนักเดินทางรักศิลปะ ถ้าอยากสำรวจเพิ่มเติม ถนนเจริญกรุงใกล้ ๆ ก็มีของกินน่าสนใจ แนะนำให้ลอง

單字　คำศัพท์

MP3 04-02

文創
ศิลปะสร้างสรรค์
(sin5 la4 pa2 sang3 san5)

倉庫
โกดัง
(ko:1 dang1)

A: 這裡可以拍照嗎？

ที่นี่ถ่ายรูปได้ไหมคะ?

(thi:3 ni:3 tha:i2 ru:p3 dai3 mai5 kha4?)

B: 不行，這裡禁止拍照

ไม่ได้ค่ะ
ที่นี่ห้ามถ่ายรูป

(mai3 dai3 kha3 thi:3 ni:3 ha:m3 tha:i2 ru:p3)

石龍軍路: 老曼谷的美食與文化

ถนนเจริญกรุง: รสชาติและวัฒนธรรมเก่าของกรุงเทพฯ

石龍軍路是曼谷歷史最悠久的道路之一，建於1862–1864年，泰文意為「開發都城路」，承載從水運到陸運的變遷。道路與湄南河平行，分耀華力路（華人區）和拍乎叻路（印度區）。近年老建築改建為咖啡廳、餐廳和藝術空間，吸引年輕人，成為潮流地標。我在這吃了雲瑞興海南雞飯（70泰銖），雞肉軟嫩，超滿足！這裡氛圍懷舊，透天厝帶華人生活痕跡。推薦仁和園涼茶和BOONSAP泰式甜點，別錯過易三倉禮拜堂和玫瑰聖母堂！建議沿路慢走，細品老曼谷風情。

MP3 04-03

ถนนเจริญกรุง เป็นถนนเก่าแก่ที่สุดแห่งหนึ่งของกรุงเทพฯ สร้างในปี 2405–2407 ชื่อภาษาไทยแปลว่า “ถนนพัฒนานคร” บ่งบอกถึงการเปลี่ยนจากยุคคมนาคมทางน้ำสู่ทางบก ถนนนี้ขนานกับแม่น้ำเจ้าพระยา แบ่งเป็นย่านเยาวราช (ชุมชนจีน) และย่านพาหุรัด (ชุมชนอินเดีย) ปัจจุบันอาคารเก่าถูกแปลงเป็นร้านกาแฟ ร้านอาหาร และพื้นที่ศิลปะ ดึงดูดคนรุ่นใหม่ กลายเป็นแลนด์มาร์กทันสมัย

ฉันกินข้าวมันไก่ยูนรุ่ยซิง (70 บาท) ไก่นุ่ม อร่อยสุด! บรรยากาศย้อนยุค บ้านแถวมีร่องรอยวิถีจีน แนะนำร้านน้ำสมุนไพรเหรินเหอยวนและขนมไทยบุญทรัพย์ อย่าพลาดโบสถ์ซานตาครู้ซและตึกมิสซัง! แนะนำเดินช้าๆ สัมผัสกรุงเทพฯ ดั้งเดิม

單字　คำศัพท์

MP3 04-04

海南雞飯
ข้าวมันไก่
(khao3 man1 kai2)

涼茶
น้ำสมุนไพร
(nam4 sa2 mun5 phrai1)

A：我要一份海南雞飯

ฉันต้องการ
ข้าวมันไก่หนึ่งจาน

(chan5 tor:ng3 ka:n1 khao3 man1 kai2 nueng2 ja:n1)

B：小份還是大份？

จานเล็กหรือใหญ่คะ?

(ja:n1 lek4 rue:5 yai2 kha4?)

61

鄭王廟: 閃耀的泰國艾菲爾
วัดอรุณ: ไอเฟลแห่งไทยที่ส่องแสง

鄭王廟（又稱黎明寺）位於昭皮耶河畔，始於大城王朝，於吞武里王朝聲名大噪。鄭昭王擊退緬甸入侵後建寺紀念，主塔高82公尺，鑲滿中國進口瓷片和貝殼，遠看如寶塔閃耀，10泰銖硬幣背面可見其身影。我在這穿泰服拍寫真，滿場遊客都在拍，氣氛熱鬧！因專注拍照，未深入參觀，下次想細賞高棉與泰式建築之美。建議預約泰服店（可租整天），選配合攝影師避免踩雷。服裝須遮肩蓋膝，泰服例外，拍完可穿著逛周邊，別忘了尊重寺廟規範！

MP3 04-05

วัดอรุณ (หรือวัดแจ้ง) ตั้งอยู่ริมแม่น้ำเจ้าพระยา เริ่มในสมัยอยุธยา แต่โด่งดังในสมัยธนบุรี หลังสมเด็จพระเจ้าตากสินมหาราชขับไล่พม่าชนะ สร้างวัดนี้เพื่อรำลึก เจดีย์สูง 82 เมตร ประดับกระเบื้องและเปลือกหอยจากจีน ไกล ๆ ดูเหมือนหอคอยส่องแสง เหรียญ 10 บาทมีภาพเจดีย์นี้ ฉันมาใส่ชุดไทยถ่ายรูป นักท่องเที่ยวถ่ายกันเต็มไปหมด สนุกคึกคัก! เพราะมัวถ่ายรูปเลยไม่ได้สำรวจมาก ครั้งหน้าอยากชมสถาปัตยกรรมเขมรผสมไทย แนะนำจองร้านชุดไทย (เช่าทั้งวันได้) เลือกช่างภาพที่เข้ากันป้องกันผิดหวัง เสื้อผ้าต้องปิดไหล่และเข่า ชุดไทยยกเว้น ถ่ายเสร็จใส่เดินเล่นรอบ ๆ ได้ อย่าลืมเคารพกฎวัด!

單字 คำศัพท์

MP3 04-06

泰服
ชุดไทย
(chut4 thai1)

寺廟
วัด
(wat4)

A：我想預約泰服拍照

ฉันต้องการจองชุดไทยเพื่อถ่ายรูป

(chan5 tor:ng1ka:n1 jor:ng1 chut4 thai1 phue:a3 thai1 rup4)

B：什麼時候？

เมื่อไหร่คะ?

(mue:a3 rai2 kha4?)

唐人街: 曼谷的華人美食天堂

เยาวราช: สวรรค์อาหารจีนแห่งกรุงเทพฯ

曼谷唐人街（耀華力路）是東南亞最大華人社區，因歷史移民潮形成，融合泰式中餐文化。長約2公里，涵蓋三聘街、嵩越路等，農曆新年有舞龍舞獅，熱鬧非凡。我傍晚到訪，滿街中文字招牌，熟悉如台灣，但攤販未開，略顯冷清。在林老五魚丸湯（米其林必比登）吃清湯，味道像台灣，魚丸稍欠彈性，適合不敢吃重口味的人。河邊PIECES CAFE的椰子冰淇淋泰奶超療癒！推薦晚間來，夜市美食多，別錯過金佛寺和中華門！

MP3 04-07

เยาวราช (ถนนเยาวราช) เป็นชุมชนจีนใหญ่ที่สุดในเอเชียตะวันออกเฉียงใต้ เกิดจากคลื่นผู้อพยพในอดีต ผสมผสานอาหารจีนสไตล์ไทย ยาวประมาณ 2 กิโลเมตร รวมถนนสามเพ็ง ซอยสุขสวัสดิ์ ฯลฯ ปีใหม่จีนมีเชิดสิงโตและมังกร สนุกสุด ๆ ฉันมาเย็น ๆ ป้ายตัวอักษรจีนเต็มไปหมด คุ้นเคยเหมือนไต้หวัน แต่ร้านยังไม่เปิด เงียบไปหน่อย กินน้ำซุปลูกชิ้นหลินหล่าวู่ (มิชลินบิบกูร์มองด์) น้ำซุปใสเหมือนที่ไต้หวัน ลูกชิ้นไม่ค่อยเด้ง เหมาะกับคนกลัวรสจัด

ร้านPIECES CAFE ริมน้ำมีชานมไทยไอศกรีมมะพร้าว อร่อยฟิน! แนะนำมาตอนกลางคืน ตลาดอาหารเยอะ อย่าพลาดวัดไตรมิตรและประตูจีน!

單字　คำศัพท์

MP3 04-08

魚丸湯
น้ำซุปลูกชิ้นปลา
(nam4 sup3 lu:k3 chin1 pla:1)

泰式奶茶
ชานมไทย
(cha:1 nom1 thai1)

A：我要一杯泰式奶茶
ฉันต้องการชานมไทยหนึ่งแก้ว
(chan5 tor:ng3ka:n1 cha:1 nom1 thai1 nueng1 kae:o3)

B：甜度要多少？
หวานแค่ไหนคะ?
(wa:n5 khae:3 nai5 kha4?)

65

喬德夜市: 曼谷的夜生活精華
ตลาดเจเจ: ไฮไลต์ชีวิตยามค่ำของกรุงเทพฯ

喬德夜市承襲拉差達火車夜市精神，結合現代與泰式元素，攤位規劃有序，空間明亮。我因腳痛只在出口附近逛，買了香蕉煎餅，軟中帶焦香，份量大建議分食！中央植栽區有桌椅，方便坐著用餐，對我超貼心。夜市熱鬧，遊客多，氣氛像嘉年華。推薦小吃攤，選擇豐富，建議早點來避開人潮，小心仿冒品。附近交通便利，GRAB隨手可叫，適合愛夜生活的人！

MP3 04-09

ตลาดเจเจสืบทอดจิตวิญญาณจากตลาดรถไฟรัชดา ผสมผสานความทันสมัยและสไตล์ไทย แผงลอยจัดเป็นระเบียบ พื้นที่สว่าง ฉันขาเจ็บเลยเดินแค่แถวทางออก ซื้อโรตีกล้วยหอม นุ่มมีกลิ่นหอมไหม้ ปริมาณเยอะ แนะนำแชร์กัน! โซนต้นไม้ตรงกลางมีโต๊ะเก้าอี้ สะดวกสำหรับคนต้องนั่งกินอย่างฉัน ตลาดคึกคัก นักท่องเที่ยวเยอะ บรรยากาศเหมือนงานรื่นเริง แนะนำร้านอาหารว่าง มีให้เลือกเพียบ มาเร็วหน่อยหลบฝูงชน ระวังของเลียนแบบ การคมนาคมสะดวก เรียก GRAB ได้ง่าย เหมาะกับคนรักชีวิตกลางคืน!

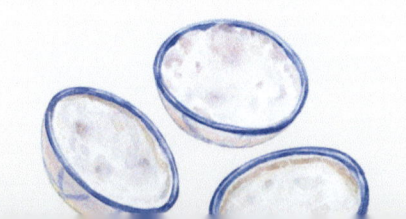

單字　คำศัพท์

MP3 04-10

香蕉煎餅
โรตีกล้วย
(ro:1ti:1 klu:ai3)

夜市
ตลาดนัดกลางคืน
(ta2la:t2 nat4 kla:ng1 khue:n1)

A：這個多少錢？

อันนี้เท่าไหร่คะ?

(an1 ni:4 thao3 rai2 kha4?)

B：50泰銖

50 บาทค่ะ

(ha:5 si:p2 ba:ht2 kha3)

67

席娜卡林火車夜市：挖寶的天堂
ตลาดรถไฟศรีนครินทร์: สวรรค์ของนักขุดสมบัติ

席娜卡林火車夜市位近素萬那普機場，因早期鐵軌空地擺攤而得名，規模大且懷舊。分小吃、餐廳、雜貨和二手區，我買了龍眼汁和烤肉串（10泰銖/串），但甜醬不合口味。買了兩副太陽眼鏡，款式多，需小心仿品。二手區復古擺飾超好拍，愛古著的人能逛整晚！比喬德夜市便宜，學生多，氣氛輕鬆。建議查天氣避雨，提早到避下班車潮，計程車比空鐵省時。若愛挖寶，這裡比喬德更棒！

MP3 04-11

ตลาดรถไฟศรีนครินทร์อยู่ใกล้สนามบินสุวรรณภูมิ ตั้งชื่อจากพื้นที่ว่างข้างรางรถไฟสมัยก่อน ขนาดใหญ่และย้อนยุค แบ่งโซนอาหารว่าง ร้านอาหาร ของจิปาถะ และของมือสอง ฉันซื้อน้ำลำไยและหมูย่าง (10 บาท/ไม้) แต่ซอสหวานไม่ถูกใจ ซื้อแว่นกันแดดสองอันมีหลายแบบ ต้องระวังของเลียนแบบ โซนมือสองมีของตกแต่งย้อนยุค ถ่ายรูปสวย คนรักของเก่าสามารถเดินได้ทั้งคืน! ถูกกว่าตลาดเจเจ นักศึกษามาเยอะ บรรยากาศผ่อนคลาย

แนะนำเช็คสภาพอากาศหลบฝน มาเร็วหน่อยหลบรถติดเย็น
เรียกแท็กซี่เร็วกว่ารถไฟฟ้า ถ้าชอบขุดสมบัติ ที่นี่ดีกว่าเจเจ!

單字 คำศัพท์

MP3 04-12

太陽眼鏡
แว่นกันแดด
(wae:n3 kan1 dae:t2)

復古
ย้อนยุค
(yon yuk)

A: 這是真品嗎？

อันนี้ของแท้ไหมคะ?

(an1 ni:4 khorng5 thae:4 mai5 kha?)

B: 是真品，放心

ของแท้ค่ะ มั่นใจได้

(khor:ng5 thae:4 kha3 man3 jai1 dai3)

詩納卡寧威洛大學市集:
學生的平價樂園

ตลาดนัดมหาวิทยาลัยศรีนครินทรวิโรฒ:
สวรรค์ราคาย่อมของนักศึกษา

詩納卡寧威洛大學市集（SWU）位於校內，以師範教育聞名，市集由學生組織，展現創意與實踐力。我買了可可泰奶和香蘭葉甜糕，甜糕Q彈像雞蛋糕，超滿足！市集販賣二手品、生活用品、蔬果和小吃，價位親民，少觀光客，氣氛悠閒人文。攤販不多，逛起來舒適，適合想貼近在地生活的人。建議週二或週四來，其餘時間無市集。帶現金，小心仿品，細逛能發現學生創意！

MP3 04-13

ตลาดนัดมหาวิทยาลัยศรีนครินทรวิโรฒ (SWU) อยู่ในมหาวิทยาลัยที่มีชื่อด้านครุศาสตร์ ตลาดนี้จัดโดยนักศึกษา แสดงความคิดสร้างสรรค์และฝึกปฏิบัติ ฉันซื้อชานมโกโก้และขนมใบเตย ขนมหนึบเหมือนเค้กไข่ อิ่มสุด! ตลาดขายของมือสอง ของใช้ ผักผลไม้ และอาหารว่าง ราคาย่อมเยา นักท่องเที่ยวน้อย บรรยากาศผ่อนคลายมีกลิ่นอายวรรณกรรม ร้านค้าไม่เยอะ เดินสบาย

เหมาะกับคนอยากสัมผัสชีวิตท้องถิ่น แนะนำมาวันอังคารหรือพฤหัส วันอื่นไม่มีตลาด พกเงินสด ระวังของเลียนแบบ เดินช้า ๆ จะเจอไอเดียนักศึกษา!

單字　คำศัพท์

MP3 04-14

香蘭甜糕
ขนมใบเตย
(kha2nom5 bai1 teri1)

市集
ตลาดนัด
(ta2lat2 nat4)

A: 這個多少錢？

อันนี้เท่าไหร่คะ?

(an1 ni:4 thao3 rai2 kha4?)

B: 20泰銖

20 บาทค่ะ

(yi:3 si:p2 ba:ht2 kha3)

遺珠之憾: 未完成的曼谷探險
สิ่งที่พลาด: การผจญภัยในกรุงเทพฯ ที่ยังไม่สมบูรณ์

這次因腳痛和疲憊，錯過了臥佛寺、ICONSIAM 和 水門市場。臥佛寺是皇家佛寺，藏泰國最豐富佛教藝術，被視為泰國第一大學，也是泰式按摩發源地，超想體驗！ICONSIAM 是奢華商場，內有水上市場，傳統小吃與現代設施兼具。水門市場是服飾批發天堂，紅大哥水門雞也在附近，愛挖寶的人必訪！我很希望下次再來，建議留足體力，提早規劃行程，避開尖峰時段，穿舒適鞋子，細細品味這些遺珠！

MP3 04-15

ครั้งนี้เพราะขาเจ็บและเหนื่อย ฉันพลาดวัดโพธิ์ ICONSIAM และสยามสแควร์ วัดโพธิ์เป็นวัดหลวง มีศิลปะพุทธที่อลังการ ถือเป็นมหาวิทยาลัยแห่งแรกของไทย ต้นกำเนิดนวดไทย อยากลองมาก! ICONSIAM เป็นห้างหรู มีตลาดน้ำในร่ม รวมของกินดั้งเดิมและสิ่งอำนวยความสะดวกทันสมัย สยามสแควร์เป็นสวรรค์ค้าส่งเสื้อผ้า ร้านพี่ชายแดงไก่ประตูน้ำอยู่ใกล้ ๆ คนรักการขุดสมบัติต้องมา! หวังว่าจะได้กลับมาใหม่ แนะนำเก็บแรงไว้ วางแผนล่วงหน้า หลบช่วงคนเยอะ สวมรองเท้าสบาย ๆ ค่อย ๆ สัมผัสของดีที่พลาด!

單字　　คำศัพท์

MP3 04-16

寺廟
วัด
(wat4)

商場
ห้างสรรพสินค้า
(ha:ng3 sap2 pha4 sin5 kha:4)

A: 這個景點值得去嗎？

สถานที่นี้คุ้มค่าไปไหมคะ?

(sa2tha:n5 thi:3 ni:4 khum4 kha:3 pai1 mai5 kha4?)

B: 很值得，尤其是早上

คุ้มมากค่ะ
โดยเฉพาะตอนเช้า

(khum4 mak3 kha3 der:i1 cha2phor2 tor:n1 chao4)

實用資訊

CHAPTER 5
ข้อมูลที่เป็นประโยชน์

曼谷交通攻略: 輕鬆遊遍城市
คู่มือการเดินทางในกรุงเทพฯ: เที่ยวเมืองได้ง่าย ๆ

曼谷的交通選擇多樣，BTS（空鐵）和MRT（地鐵）是市中心移動的首選，票價約15-60泰銖，避開尖峰時段最舒適。 我常用BTS從ON NUT到SIAM，快速又冷氣強！ GRAB是叫車神器，從機場到飯店（541泰銖，54分鐘）省時省力，但晚高峰可能叫不到車。 摩托車（20–120泰銖）適合短程，刺激又省時，記得戴頭盔！ 建議下載GRAB APP，備現金以防電子支付失敗，輕鬆暢遊曼谷！

MP3 05-01

การเดินทางในกรุงเทพฯ มีหลายตัวเลือก BTS (รถไฟฟ้า) และ MRT (รถไฟใต้ดิน) เหมาะสำหรับใจกลางเมือง ค่าโดยสารประมาณ 15-60 บาท หลบชั่วโมงเร่งด่วนจะสบายสุด ฉันใช้ BTS จากอ่อนนุชไปสยาม บ่อย ๆ รวดเร็วและแอร์เย็นฉ่ำ!
GRAB เป็นแอปเรียกรถที่สะดวก จากสนามบินไปโรงแรม (541 บาท 54 นาที) ประหยัดเวลา แต่ช่วงเย็นอาจ เรียกรถยาก มอเตอร์ไซค์ (20-120 บาท) ดีสำหรับระยะสั้น ตื่นเต้นและเร็ว อย่าลืม สวมหมวกกันน็อก!

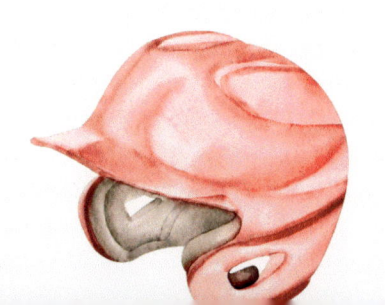

แนะนำโหลดแอป GRAB และเตรียมเงินสดไว้ เผื่อจ่ายออนไลน์ไม่ได้ เที่ยวกรุงเทพฯ ได้ง่าย ๆ!

單字　คำศัพท์

MP3 05-02

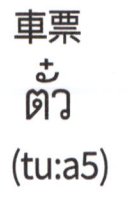

車票
ตั๋ว
(tu:a5)

頭盔
หมวกกันน็อก
(mu:ak2 kan1 nork4)

A: 去這裡要搭什麼？

ไปที่นี่ต้องนั่งอะไรคะ/ครับ?

(pai1 thi:3 ni:3 tor:ng3 nang3 a2 rai1 krap4?)

B: 搭BTS最快

นั่ง BTS เร็วที่สุดครับ

(nang3 BTS reo1 thi:3 sut2 krap4)

貨幣兌換與住宿建議: 省錢又舒適
การแลกเงินและคำแนะนำที่พัก: ประหยัดและสะดวกสบาย

曼谷使用泰銖（บาท），機場換匯最方便，1泰銖約等於0.9台幣。 我在素萬那普機場地下樓一次換完，雖然不是最佳匯率，但省下尋找兌換所的時間與麻煩。 市區如SIAM或唐人街也有不少兌換點，建議比價後再兌換更划算。 住宿方面，我住過四翼飯店（THE FOUR WINGS）與臥室飯店（THE BEDROOM HOTEL），價格落在1000-3000泰銖/晚，距離BTS近，方便又乾淨。 建議使用BOOKING.COM或AGODA預訂，選擇靠近BTS站的住宿，可省下不少交通費。 攜帶輕便行李，旅程更輕鬆自在！大多數的飯店都有規定禁止攜帶榴槤等重口味水果，要記得喔！

MP3 05-03

กรุงเทพฯ ใช้เงินบาท (บาท) การแลกเงินที่สนามบิน สะดวกที่สุด 1 บาท ประมาณ 0.9 ดอลลาร์ไต้หวัน ฉันแลกที่ชั้นใต้ดินสนามบินสุวรรณภูมิ ครั้งเดียวจบ แม้ไม่ใช่เรทดีที่สุด แต่ ไม่ต้องเสียเวลาหาจุดแลกในเมือง ในเมือง เช่น สยามหรือเยาวราช ก็มีหลายจุดแลก แนะนำเปรียบเทียบราคา ที่พัก ฉันเคยพักที่โรงแรมสี่ปีก (THE FOUR WINGS) และโรงแรม THE BEDROOM ราคา1000-3000 บาท/คืน โรงแรมส่วนใหญ่มักมีกฎห้ามนำทุเรียนหรือผลไม้ที่มีกลิ่นแรงเข้ามา อย่าลืมนะ!

ใกล้ BTS สะดวก เดินทางง่ายและสะอาด แนะนำจองผ่าน BOOKING.COM หรือ AGODA เลือกโรงแรมที่ใกล้รถไฟฟ้า ประหยัดค่าเดินทาง แพ็กกระเป๋าเบา ๆ เที่ยวสบาย!

單字　คำศัพท์

MP3 05-04

貨幣
เงิน
(nger:n1)

飯店
โรงแรม
(rorng:1 rae:m1)

A: 今天的匯率是多少？

อัตราแลกเปลี่ยนวันนี้เท่าไหร่คะ?

(at2tra:1 lae:k3 pli:an2 wan1 ni:4 thao3 rai1 kha4?)

B：一台幣換0.9泰銖

หนึ่งดอลลาร์ไต้หวันแลก 0.9 บาทครับ

(nueng2 dollar Taiwan lae:k3 su:ng5 ju:t2 ka:o3 ba:ht2 krap4)

緊急聯絡與安全須知: 安心暢遊曼谷
ข้อมูลฉุกเฉินและความปลอดภัย: เที่ยวกรุงเทพฯ ได้อย่างสบายใจ

曼谷整體安全，但獨旅需多留心。我在紅大哥水門雞遇怪人，幸好及時求助脫身，提醒我隨時注意周遭。緊急情況下，撥打警局（191）或旅遊警察（1155，英文服務）。醫療需求可聯繫曼谷基督教醫院（+66 2 625 9000）。入境泰國需攜帶等值2萬泰銖現金（每人），我雖未被查，但建議備妥。存好護照影本和緊急聯絡人，夜市小心扒手，住宿選有保險箱的飯店，安心享受旅程！

MP3 05-05

กรุงเทพฯ ปลอดภัยโดยรวม แต่เที่ยวคนเดียวต้องระวัง ฉันเจอคนแปลกที่ร้านพี่ชายแดงไก่ประตูน้ำ โชคดีขอความช่วยเหลือทันทำให้รู้ว่าต้องสังเกตสิ่งรอบตัว ฉุกเฉินโทรสถานีตำรวจ (191) หรือตำรวจท่องเที่ยว (1155 มีบริการภาษาอังกฤษ) ต้องการการแพทย์ ติดต่อโรงพยาบาลคริสเตียนกรุงเทพ (+66 2 625 9000) เข้าไทยต้องพกเงินสดมูลค่า 20,000 บาท/คน ฉันไม่ถูกตรวจ แต่แนะนำเตรียมไว้ เก็บสำเนาพาสปอร์ตและเบอร์ติดต่อฉุกเฉิน ระวังล้วงกระเป๋าในตลาด เลือกโรงแรมที่มีตู้เซฟ เที่ยวได้สบายใจ!

單字　คำศัพท์

MP3 05-06

緊急
ฉุกเฉิน
(chuk2 chern5)

保險箱
ตู้เซฟ
(tu:3 se:f3)

A: 請幫我聯繫警察！

ช่วยติดต่อตำรวจให้หน่อยค่ะ!

(chu:ai3 tit2 tor2 tam1 ru:at3 hai3 nor:i2 kha3!)

B: 好的，請稍等

ได้ค่ะ/ครับ รอสักครู่

(dai3 kha ror:1 sak2 khru:3)

美食推薦

CHAPTER 6
คำแนะนำอาหารอร่อย

海南雞飯與魚丸湯: 曼谷的經典滋味
ข้าวมันไก่และน้ำซุปลูกชิ้นปลา: รสชาติคลาสสิกของกรุงเทพฯ

曼谷的海南雞飯是華人移民與泰式風味的完美融合。雲瑞興（石龍軍路，70泰銖）雞肉軟嫩、飯香濃郁，搭配湯和龍眼汁，讓我第一天就愛上！J'BO（朱拉隆功大學商圈）雙拼炸雞與海南雞，份量十足、辣醬提味，超滿足。紅大哥與廣興水門雞稍普通，但有米其林推薦，也值得一試。林老五魚丸湯（唐人街）清湯像台灣，魚丸稍軟，適合喜歡清淡風味的人。這些菜餚是曼谷街頭的必嚐經典！

MP3 06-01

ข้าวมันไก่ในกรุงเทพฯ เป็นการผสมผสานระหว่างรสชาติไทยกับวัฒนธรรมจีนได้อย่างลงตัว ยูนรุ่ยซิง (ถนนเจริญกรุง 70 บาท) ไก่นุ่ม ข้าวหอม เสิร์ฟพร้อมซุปและน้ำลำไย ทำให้ฉันหลงรักตั้งแต่วันแรก! J'BO (ย่านจุฬาฯ) มีทั้งไก่ทอดและไก่ต้ม ปริมาณเยอะ น้ำจิ้มเผ็ดช่วยเพิ่มรสชาติ อร่อยสุด ๆ พี่ชายแดงและกวงซิงที่ประตูน้ำ รสชาติธรรมดา แต่ได้มิชลินแนะนำ ควรลอง น้ำซุปลูกชิ้นปลาหลินหล่าวู่ (เยาวราช) น้ำใสเหมือนไต้หวัน ลูกชิ้นไม่ค่อยเด้ง เหมาะกับคนชอบรสจืด เมนูเหล่านี้คือรสชาติคลาสสิกของถนนกรุงเทพฯ!

單字　คำศัพท์

MP3 06-02

雞肉
เนื้อไก่
(nue:a4 kai2)

清湯
น้ำซุปใส
(nam4 sup2 sai5)

A: 這道菜可以不要辣嗎？

อาหารจานนี้ไม่ใส่เผ็ดได้ไหมคะ?

(a:1ha:n5 ja:n ni:4 mai3 sai2 phet2 dai3 mai5 kha4)

B: 可以，我會幫你調整

ได้ค่ะ จะปรับให้

(dai3 kha3 ja2 prap4 hai3)

83

芒果糯米飯與香蕉煎餅：
甜蜜的泰式誘惑
ข้าวเหนียวมะม่วงและโรตีกล้วย:
เสน่ห์หวานฉ่ำสไตล์ไทย

芒果糯米飯是泰國甜點經典，朱拉隆功大學商圈的攤販讓我驚艷！芒果甜香、糯米Q彈，淋上椰漿，甜而不膩，雖份量大，我硬是吃完（笑）。喬德夜市的香蕉煎餅是街頭明星，軟中帶焦香，香蕉味濃，建議分食以免太飽。這兩道甜食展現泰國對水果與糯米的巧妙運用，簡單卻直擊味蕾，無論夜市或街邊，隨手可得，絕對必試！

MP3 06-03

ข้าวเหนียวมะม่วง เป็นของหวานคลาสสิกของไทย ร้านรถเข็นแถวจุฬาฯ ทำให้ฉันทึ่ง! มะม่วงหวานหอม ข้าวเหนียวหนึบ ราดกะทิหวานแต่ไม่เลี่ยน ปริมาณเยอะแต่ฉันกินหมด (หัวเราะ) โรตีกล้วยที่ตลาดเจเจ เป็นดาวเด่นข้างถนน นุ่มมีกลิ่นหอมไหม้ กล้วยเข้มข้น แนะนำแชร์กันจะได้ไม่อิ่มเกิน สองเมนูนี้แสดงให้เห็นความชาญฉลาดในการใช้ผลไม้และข้าวเหนียวของไทย เรียบง่ายแต่โดนใจ ไม่ว่าจะในตลาดหรือข้างทาง หาได้ง่าย ต้องลอง!

單字　คำศัพท์

MP3 06-04

芒果
มะม่วง
(ma4 mu:ang3)

椰漿
น้ำซุปใส
(nam4 sup4 sai5)

A: 這是用新鮮食材做的嗎？

อันนี้ใช้ของสดทำไหมคะ?

(an1 ni:4 chai4 khor:ng5 sot2 tham1 mai5 kha4?)

B: 是的，今天剛進的貨

ใช่ค่ะ วันนี้เพิ่งรับของมา

(chai3 kha3 wan1 ni:4 pher:ng3 rap4 khor:ng5 ma:1)

香蘭葉甜糕與椰漿小吃：
泰國的甜美記憶
ขนมใบเตยและของว่างกะทิ:
ความหวานแห่งความทรงจำไทย

香蘭葉甜糕在 SWU市集 讓我驚喜，Q彈如雞蛋糕，香蘭味清新，份量足又平價，是學生最愛！吞武里海鮮市場的椰漿小脆餅（甜鹹綜合）和椰漿餅（蔥味最讚）是泰國傳統小吃，酥脆與軟糯兼具，甜鹹交織，連不愛蔥的我都淪陷！這些小吃源自泰國對椰子與香蘭葉的巧用，簡單卻充滿在地情懷。在夜市或市集，隨手一買就是幸福滋味！

MP3 06-05

ขนมใบเตย ที่ตลาด SWU ทำให้ฉันประทับใจ หนึบเหมือนเค้กไข่ กลิ่นใบเตยสดชื่น ปริมาณเยอะ ราคาถูก เป็นที่รักของนักศึกษา! ขนมครกมะพร้าว (หวานเค็มผสม) และ ข้าวตังมะพร้าว (รสต้นหอมเด็ดสุด) จากตลาดน้ำขวัญเรียมเป็นของว่างดั้งเดิมของไทย กรอบและนุ่ม หวานเค็มกลมกล่อม แม้ฉันไม่ชอบต้นหอมยังติดใจ! ขนมเหล่านี้มาจากการใช้ มะพร้าวและใบเตยอย่างชาญฉลาดของไทย

เรียบง่ายแต่เต็มไปด้วยความรู้สึกท้องถิ่น ซื้อกินที่ตลาดหรือร้านข้างทาง ได้ความสุขเต็มปาก!

單字 คำศัพท์

MP3 06-06

香蘭葉
ใบเตย
(bai1 teri1)

酥脆
กรอบ
(krop2)

A: 這份有多少個？

ส่วนนี้มีกี่ชิ้นคะ?

(sua:n2 ni:4 mi:1 ki:2 chin4 kha4?)

B: 五個，適合分享

ห้าชิ้น
เหมาะกับการแชร์ค่ะ

(ha:3 chin4 mor2 kap2 ka:n1 cha:e1 kha3)

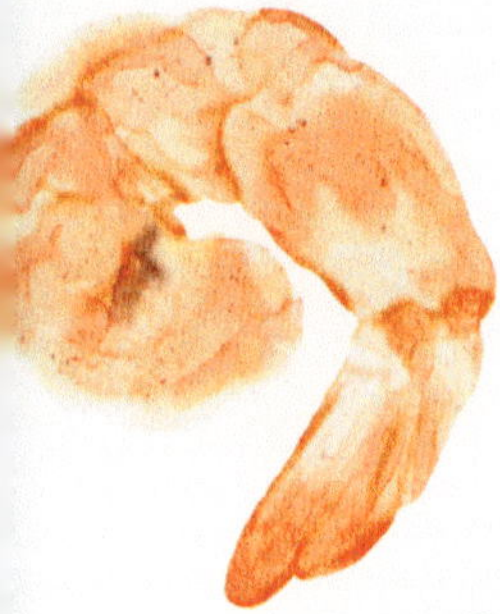

泰式炒粿條與冬陰功湯:
曼谷的辣味靈魂
ผัดไทยและต้มยำกุ้ง:
จิตวิญญาณเผ็ดร้อนของกรุงเทพฯ

泰式炒粿條（ผัดไทย）是曼谷街頭的國民美食，融合酸甜辣味，搭配蝦、花生和豆芽，口感層次豐富。我在唐人街夜市吃到一盤現炒的ผัดไทย（50泰銖），酸甜平衡，蝦子鮮美，讓人一口接一口！

冬陰功湯（ต้มยำกุ้ง）是泰國的辣酸代表，酸辣湯底配鮮蝦和香茅，喬德夜市一碗（80泰銖）辣到流淚卻停不下來。

這兩道菜是泰國料理的靈魂，街頭攤販到餐廳都有，推薦試試微辣版本！

MP3 06-07

ผัดไทย เป็นอาหารประจำชาติข้างถนนกรุงเทพฯ ผสมรสเปรี้ยวหวานเผ็ด ใส่กุ้ง ถั่วลิสง และถั่วงอก รสชาติหลากหลาย ฉันกินผัดไทยผัดใหม่ ๆ ที่เยาวราช (50 บาท) รสเปรี้ยวหวานลงตัว กุ้งสดอร่อยจนหยุดไม่ได้!

ต้มยำกุ้ง เป็นตัวแทนรสเปรี้ยวเผ็ดของไทย น้ำซุปเปรี้ยวเผ็ด ใส่กุ้งและตะไคร้ ที่ตลาดเจเจ (80 บาท) เผ็ดจนน้ำตาไหลแต่กินต่อไม่หยุด

สองเมนูนี้คือจิตวิญญาณอาหารไทย มีตั้งแต่ร้านรถเข็นถึงร้านอาหาร แนะนำลองรสเผ็ดน้อย!

單字 คำศัพท์

MP3 06-08

蝦子
กุ้ง
(kung5)

酸味
เปรี้ยว
(pri:ao3)

A: 這是用什麼煮的？

อันนี้ปรุงด้วยอะไรคะ/ครับ?

(an níi prung dûay à-rai khá/kráp?)

B: 用香茅和檸檬汁

ใช้ตะไคร้และน้ำมะนาวค่ะ/ครับ

(chái tà-khrai láe nám má-naao khá/kráp)

泰式綠咖哩與烤雞: 濃郁的泰國風情
แกงเขียวหวานและไก่ย่าง:
เสน่ห์เข้มข้นสไตล์ไทย

泰式綠咖哩（แกงเขียวหวาน） 是泰國的咖哩之王，濃郁椰奶混合香茅與辣椒，搭配雞肉或蔬菜，入口香辣溫潤。
　我在KHUN CHURN蔬食餐廳（地鐵站下）吃到綠咖哩配烤餅，湯汁清爽，烤餅沾醬超對味！
泰式烤雞（ไก่ย่าง） 是街頭常見美食，席娜卡林夜市的烤雞外皮酥脆、肉汁鮮嫩，搭配辣醬與糯米飯，簡單卻滿足。
　這兩道菜展現泰國香料的魔力，推薦搭配糯米飯享用！

MP3 06-09

แกงเขียวหวาน เป็นราชาแห่งแกงไทย กะทิเข้มข้นผสมตะไคร้และพริก ใส่ไก่หรือผัก รสเผ็ดหอมกลมกล่อม ฉันกินแกงเขียวหวานกับโรตีที่ร้านขุนชวน (ใต้สถานีรถไฟฟ้า) น้ำแกงสดชื่น โรตีจิ้มอร่อยลงตัว!
ไก่ย่าง เป็นอาหารยอดนิยมข้างถนน ไก่ย่างที่ตลาดรถไฟศรีนครินทร์ หนังกรอบ เนื้อฉ่ำ จิ้มน้ำจิ้มเผ็ดกับข้าวเหนียว อร่อยเรียบง่าย สองเมนูนี้แสดงพลังเครื่องเทศไทย แนะนำกินกับข้าวเหนียว!

單字　คำศัพท์

MP3 06-10

咖哩
แกง
(kae:ng1)

烤雞
ไก่ย่าง
(kai2 ya:ng3)

A: 這道菜搭配什麼最好？

อาหารจานนี้กินกับอะไรดีที่สุดคะ?

(a:1ha:n5 ja:n1 ni:4 kin1 gap2 a2 rai1 di:1 thi:3 sut2 kha4?)

B: 搭配糯米飯很棒

กินกับข้าวเหนียวอร่อยมากค่ะ

(kin1 gap2 khao3 ni:ao5 a2 ror:i1 ma:k3 kha3)

91

泰式椰奶雞湯與泰式煎蛋：
溫暖的泰國家常味
ต้มข่าไก่และไข่เจียว:
รสชาติอบอุ่นแบบบ้าน ๆ ของไทย

泰式椰奶雞湯（ต้มข่าไก่）是泰國家常湯品，椰奶與香茅、南薑融合，溫潤不辣，雞肉滑嫩。
我在唐人街小餐館喝到一碗（60泰銖），湯頭香濃，喝完身心舒暢！
泰式煎蛋（ไข่เจียว）看似簡單，卻是街頭神器，席娜卡林夜市的煎蛋蓬鬆酥脆、內裡軟嫩，配辣醬和白飯超下飯（30泰銖）。這兩道菜是泰國人日常的溫暖滋味，早餐或晚餐吃都能感受到家的味道。

MP3 06-11

ต้มข่าไก่ เป็นซุปบ้าน ๆ ของไทย กะทิผสมตะไคร้และขิง รสกลมกล่อมไม่เผ็ด ไก่นุ่ม ฉันกินที่ร้านเล็ก ๆ ในเยาวราช (60 บาท) น้ำซุปหอม ดื่มแล้วผ่อนคลาย!
ไข่เจียว ดูเรียบง่าย แต่เป็น เมนูดาวเด่นข้างถนน ไข่เจียวที่ตลาดรถไฟศรีนครินทร์ ฟูกรอบ ข้างในนุ่ม จิ้มน้ำจิ้มเผ็ดกินกับข้าวสวย (30 บาท) สองเมนูนี้คือ รสชาติอบอุ่นของคนไทย กินมื้อเช้าหรือเย็นก็ได้ความรู้สึกเหมือนอยู่บ้าน!

單字　คำศัพท์

MP3 06-12

椰奶
กะทิ
(ka2 thi4)

煎蛋
ไข่เจียว
(khai2 jiao1)

A: 這是用新鮮食材做的嗎？

อันนี้ใช้ของสดทำไหมคะ?

(an1 ni:4 chai4 khor:ng5 sot2 tham1 mai5 kha4?)

B: 是的，今天剛進的貨

ใช่ครับ วันนี้เพิ่งรับของมา

(chai3 krap4 wan1 ni:4 pher:ng3 rap4 khor:ng5 ma:1)

93

SINGHA
泰國道地勝獅啤酒
勝獅品質 你我堅持
ESTD 1933
IMPORTED
SINGHA
THE ORIGINAL THAI BEER
BANGKOK, THAILAND
PREMIUM LAGER
THE ORIGINAL THAI
禁止酒駕
安全誠無價 酒後找代駕